स्त्रीत्वाचे शब्द

तनया शरद भालेराव

Made with ♥ on the Notion Press Platform
www.notionpress.com

सर्व मुली, बहिणी, माता आणि स्वप्न पाहणाऱ्या स्त्रियांना ही अर्पण
आहे त्या प्रत्येक स्त्रीसाठी, जिला जगाने गप्प बसवण्याचा प्रयत्न
केला तरी ती पुन्हा उभी राहायला शिकली.

क्रम-सूची

क्रम-सूची

लेखिकेची नोंद

ही पुस्तक प्रत्येक त्या स्त्रीसाठी लिहिले आहे जिच्या आयुष्यात शांतपणे उभे राहण्याची ताकद आहे. या पुस्तकात बालपणातील निरागस सत्य, तारुण्यातील संभ्रम, मातृत्वाची शक्ती, त्यागाचे ओझे आणि अंधाराला सामोरे जाऊनही पुढे चालत राहण्याचे धैर्य सामावले आहे.

ही पाने परिपूर्णतेबद्दल नाहीत; ती जगण्याबद्दल, संघर्षाबद्दल, जिद्दीबद्दल आणि स्वतःला नव्याने घडवण्याबद्दल आहेत.

जर हे पुस्तक तुमच्या मनाला स्पर्श करत असेल, तर हे लक्षात ठेवा तुमचा प्रवास महत्त्वाचा आहे, तुमचे दुःख खरे आहे आणि तुमची ताकद अपार आहे.

— तनया भालेराव

पुस्तक परीक्षण

या पुस्तकावर माझे मत मांडण्याची संधी मिळाली, यासाठी मी स्वतःला खूप भाग्यवान समजतो. या पुस्तकामुळे मला किशोरवय, मासिक पाळी, समाजातील स्त्रीचे स्थान, तसेच विवाहापूर्वी व विवाहानंतरचे तिचे आयुष्य या अनेक विषयांकडे पाहण्याची नवी दृष्टी मिळाली. स्त्री सशक्तीकरणाच्या उद्‌देशाने लिहिलेले हे पुस्तक विचारांना चालना देणारे आहे.

लेखिका एक प्रभावी स्त्रीवादी आणि समाजवादी विचारांची प्रतिनिधी आहे. तिच्या लेखनात मला सावित्रीबाई फुले, पंडिता रमाबाई, ताराबाई शिंदे, रमाबाई रानडे, रुख्मिणीबाई राऊत आणि राजमाता जिजाऊ यांच्या विचारांची झलक दिसते.

हे पुस्तक मी सर्वांनी आवर्जून वाचावे, अशी मनापासून शिफारस करतो. इतके अर्थपूर्ण पुस्तक वाचण्याची आणि त्यावर चिंतन करण्याची संधी दिल्याबद्‌दल मी पुन्हा एकदा आभार मानतो.

— नाझिम खान सर

प्रस्तावना

स्त्रीचे आयुष्य हा सतत बदलत राहणारा प्रवास आहे. बालपणातील निरागसतेपासून प्रगल्भतेपर्यंत प्रत्येक टप्पा तिला घडवत असतो. हे पुस्तक त्या प्रवासातील न दिसणारे संघर्ष, शांत त्याग, लपलेली ताकद आणि अथांग धैर्य यांना शब्द देण्याचा प्रयत्न आहे.

बालपण, तारुण्य, स्त्रीत्व, मातृत्व आणि त्यानंतरच्या जबाबदाऱ्या प्रत्येक टप्पा स्त्रीला नव्याने घडवतो. गर्भधारणा आणि मातृत्व तिच्यातील नव्या शक्तीला जन्म देतात. ती अपेक्षा, नाती आणि स्वप्ने यांचा समतोल साधत पुढे चालत राहते.

या प्रवासात यश आहे, तर कधी नैराश्याच्या सावल्याही आहेत. पण प्रत्येक टप्पा तिला अधिक मजबूत बनवतो.

हे पुस्तक प्रत्येक मुलगी आणि स्त्रीसाठी आहे कारण तिचा प्रवास सामर्थ्यवान, अर्थपूर्ण आणि सांगण्यास योग्य आहे.

— सौ. तनया भालेराव

आभार प्रदर्शन

सर्वप्रथम, त्या सर्व जिद्दी आणि सामर्थ्यवान स्त्रियांप्रती मी मनःपूर्वक कृतज्ञता व्यक्त करते, ज्यांच्या आयुष्याने, संघर्षांनी आणि शांत ताकदीने मला हे पुस्तक लिहिण्याची प्रेरणा दिली. त्यांच्या धैर्यामुळेच या पानांना आकार मिळाला.

या प्रवासात सतत प्रोत्साहन, समजून घेणे आणि साथ देणाऱ्या माझ्या कुटुंबाचे मी मनापासून आभार मानते. त्यांच्या विश्वासामुळेच माझे विचार शब्दरूपात व्यक्त करण्याचे धैर्य मिळाले.

माझ्या शिक्षक, मार्गदर्शक आणि हितचिंतकांचेही मनःपूर्वक आभार. त्यांच्या मार्गदर्शनाने आणि सूचनांनी हे लेखन अधिक अर्थपूर्ण झाले.

ज्या प्रत्येक स्त्रीने थेट किंवा अप्रत्यक्षपणे आपली कहाणी शेअर केली आणि स्त्री-सक्षमीकरणासाठी कार्य करणाऱ्या सर्वांचे मी ऋणी आहे. तुमचे प्रयत्न समाजात सकारात्मक बदल घडवत आहेत.

शेवटी, माझ्या सर्व वाचकांचे मनःपूर्वक आभार. या पुस्तकातून प्रत्येक स्त्रीमध्ये जागरूकता, आत्मविश्वास आणि सामर्थ्य जागृत व्हावे, आणि समाज अधिक समतोल व सन्मानपूर्ण व्हावा, हीच अपेक्षा.

— सौ. तनया भालेराव

उद्धरण

“स्त्री ही एक पूर्ण वर्तुळ आहे. तिच्या अंतर्यामध्ये निर्माण करण्याची, संगोपन करण्याची आणि परिवर्तन घडवण्याची शक्ती सामावलेली आहे.”

— डायन मेरीचाइल्ड

1

किशोरावस्था

किशोरावस्था हा खूपच संवेदनशील टप्पा असतो. या टप्प्यात शरीरात हार्मोन्सचे असंतुलन होते. 13 ते 19 वयोगट हा किशोरांच्या जीवनातील काहीसा कठीण काळ असतो. कधी कधी त्यांना असुरक्षित वाटते आणि त्यांना कुणाकडून तरी प्रेम व काळजी हवी असते. त्यामुळे या काळात भावंडांचे प्रेम आणि पालकांचे प्रेम फार महत्त्वाचे असते.

आज किशोरवयात कोणते शारीरिक बदल होतात ते पाहूया. मुलींमध्ये स्तनांचा विकास होतो, गुप्त भागात केस येतात आणि दर महिन्याला मासिक पाळी सुरू होते. हे बदल स्वीकारणे तिला कधी कधी कठीण जाते. म्हणून प्रत्येक किशोरवयीन मुलीला या बदलांबद्दल योग्य माहिती देणे आवश्यक आहे. तिच्या आईने तिला या सर्व बदलांबद्दल मूलभूत माहिती दिली पाहिजे, जेणेकरून ती हा टप्पा सहज पार करू शकेल.

किशोरवयीन मुलांमध्येही काही शारीरिक बदल होतात, जसे की मिशी येणे, गुप्त भागात केस येणे, कंठफळ दिसणे आणि उंची वाढणे. त्यांच्या वागण्यातही बदल दिसून येतात, म्हणून त्यांना पालकांकडून चांगला संवाद, सकारात्मक आधार आणि आरोग्यदायी आहाराची गरज असते.

या टप्प्यात किशोर कोणतेही व्यसन किंवा चुकीचा निर्णय घेऊ शकतात, त्यामुळे पालकांनी अप्रत्यक्षपणे लक्ष ठेवणे गरजेचे असते. मात्र त्यांना असे वाटू नये की कोणी सतत त्यांच्यावर लक्ष ठेवत आहे किंवा त्यांना जास्त सूचना देत आहे. त्यांना रोजचा ताण आणि दबाव नको असतो, त्यामुळे पालकांनी काय बोलायचे, कुठे बोलायचे आणि कसे बोलायचे याचा समतोल ठेवावा.

कधी कधी पालकांकडून दुर्लक्ष होते, पण पालकांनी किशोरांना टाळू नये, तर या टप्प्यात अधिक काळजी घ्यावी. प्रत्येक वेळी ते नीट आणि सभ्य वागतीलच असे नाही, म्हणून त्यांच्या मूड आणि परिस्थितीला समजून घ्यावे. मूड बदलणे ही सर्वांचीच अवस्था असते, त्यामुळे किशोरवयात पालकांकडून वागण्यात लवचिकता आवश्यक असते.

भावंडांचे प्रेम, इतर कुटुंबीयांचे प्रेम, काळजी आणि जिव्हाळा यांची त्यांना गरज असते. त्यांना फॅन्सी कपडे घालायचे असतात, हॉटेलमधले खाणे आवडते, पोशाख बदलायचा असतो आणि पार्ट्या करायच्या असतात. अशा वेळी पालकांनी प्रत्येक वेळी नकार देऊ नये. कधी परवानगी द्यावी आणि कधी नको हे ठरवावे. किशोर मुलांनीही पालकांचे सल्ले स्वीकारावेत, जेणेकरून हा टप्पा सुंदर होईल. किशोर आणि पालक दोघांनीही एकमेकांना समजून घेणे आवश्यक आहे.

निसर्गात जसे ऋतू असतात तसेच किशोरावस्था हा माणसाच्या आयुष्यातील एक टप्पा आहे. त्यामुळे या टप्प्यात प्रेम आणि काळजी देऊन त्यांना जपून हाताळले पाहिजे.

2

मासिक पाळी : स्त्रीच्या आयुष्यातील महत्त्वाची अवस्था

ही प्रक्रिया साधारणपणे प्रत्येक मुलीमध्ये १४ ते १६ व्या वर्षामध्ये सुरू होते. मासिक पाळी सुरू होणे म्हणजे मुलगी शारीरिक आणि मानसिकदृष्ट्या प्रगल्भ होत असल्याचे लक्षण आहे. काही राज्यांमध्ये ज्या मुलीला पहिली मासिक पाळी येते, तिचा विशेष सोहळा साजरा केला जातो. हा सोहळा समाजात असे दर्शवतो की ती मुलगी पुढे आई होण्यासाठी तयार होत आहे. ईश्वराने प्रत्येक मुलीच्या आयुष्यात ही अवस्था दिलेली आहे आणि ती मुलीच्या जीवनाचे प्रतीक आहे.

कधी कधी मुलींना मासिक पाळीविषयी योग्य माहिती मिळत नाही, त्यामुळे त्या या अवस्थेला घाबरतात. म्हणूनच आजच्या पिढीतील मुलींसाठी याबाबत जनजागृती होणे खूप आवश्यक आहे. शाळांमध्ये मासिक पाळीविषयी सेमिनार आणि मार्गदर्शन वर्ग घेतले गेले पाहिजेत. आईनेही आपल्या मुलीला या विषयाची योग्य माहिती द्यावी. आई आणि मुलीने मासिक पाळीची तारीख लक्षात ठेवली पाहिजे. आईने आपल्या मुलीला सॅनिटरी पॅड्स उपलब्ध करून दिले पाहिजेत.

या टप्प्यात मुलींमध्ये भावनिक आणि शारीरिक बदल होत असतात, त्यामुळे पालकांनी हा काळ समजून घेऊन मुलीला योग्य प्रकारे हाताळले पाहिजे. *काली उमलताना* यांसारखे अनेक प्रकल्प आहेत, जे मुली आणि तरुणींमध्ये मासिक पाळीविषयी जागरूकता निर्माण करतात.

अंघोळ करताना शरीरातील प्रत्येक अवयव स्वच्छ करण्याची सवय मुलींना असावी. वैयक्तिक स्वच्छता ही दैनंदिन जीवनातील अतिशय महत्त्वाची बाब आहे. आतील कपड्यांविषयी योग्य माहिती असणे आवश्यक आहे. आईने आपल्या मुलीसाठी योग्य आणि पूर्ण आतील कपडे खरेदी करून दिले पाहिजेत. आठवड्यातून किमान दोन वेळा केस धुणे आवश्यक आहे. स्तन, योनी, बगल यांसारखे खाजगी अवयव स्वच्छ ठेवणे आणि त्यांची योग्य काळजी घेणे गरजेचे आहे.

कधी कधी मुली काही गोष्टी आईशी शेअर करताना लाजतात. त्यामुळे आईने आपल्या मुलीसोबत जवळचा आणि मैत्रीपूर्ण संबंध ठेवला पाहिजे व मासिक पाळीच्या काळात घ्यावयाच्या काळजीविषयी तिला मार्गदर्शन केले पाहिजे. आई ही प्रत्येक मुलीच्या आयुष्यातील महत्त्वाची आधारस्तंभ असते. मुलींनेही आपल्या आयुष्यातील प्रत्येक गोष्ट आई किंवा वडिलांशी शेअर केली पाहिजे. आई उपलब्ध नसेल, तर मुलीने वडिलांशी आपली समस्या मोकळेपणाने सांगितली पाहिजे, कारण वडीलही मुलीच्या आयुष्यात मोठा आधार असतात.

पालक आणि मुलगी यांच्यात विचारांची पारदर्शकता असली पाहिजे. वडील पुरुष आहेत म्हणून अंतर ठेवण्याची गरज नाही, कारण आई आणि वडील दोघेही मुलीच्या आयुष्यात समान महत्त्वाचे आहेत. मुलीचे कपडे साधे, सुसंस्कृत आणि योग्य असावेत, जेणेकरून ती आपल्या अभ्यासावर एकाग्र राहू शकेल. पालकांनी मुलींना चांगले संस्कार आणि नैतिक शिक्षण दिले पाहिजे, जेणेकरून त्या

उज्ज्वल भविष्यासाठी तयार होतील.

मुलींमध्ये प्रचंड क्षमता आणि ताकद असते. त्या आपल्या आयुष्यात अनेक गोष्टी साध्य करू शकतात आणि आपल्या क्षेत्रात उत्कृष्ट कामगिरी करू शकतात. मासिक पाळी साधारणपणे चार ते पाच दिवसांची असते. या काळात मुलींना अस्वस्थता, असुरक्षितता आणि त्रास जाणवतो. अशा वेळी पालकांचा आणि कुटुंबाचा आधार अत्यंत आवश्यक असतो.

काही ठिकाणी परंपरेनुसार मासिक पाळीच्या काळात मुलींना स्वयंपाक करणे, घरात मोकळेपणाने वावरणे किंवा बाहेर जाण्याची परवानगी नसते. प्रत्येक समाजाची संस्कृती आणि परंपरा वेगवेगळी असते. तरीही मुलींविषयी समजूतदारपणा आवश्यक आहे.

आजच्या काळात *सेव्ह गर्ल चाइल्ड* (**Save Girl Child**) सारख्या मोहिमा अत्यंत गरजेच्या आहेत. मुलगा आणि मुलगी यांच्या जन्मामध्ये भेदभाव करणे चुकीचे आहे. त्यामुळे ही मोहीम प्रत्येक कुटुंबापर्यंत पोहोचणे आवश्यक आहे.

ज्या मुलींची मासिक पाळी वेळेवर सुरू होत नाही, त्यांना वैद्यकीय उपचार घेणे आवश्यक असते. स्त्रीरोगतज्ज्ञांचा सल्ला घेणे महत्त्वाचे आहे. मासिक पाळी ही मुलगी आणि स्त्रीच्या आयुष्यातील अत्यंत महत्त्वाची अवस्था आहे. ही प्रत्येक स्त्री आणि मुलीसाठी ईश्वराची देणगी आहे, त्यामुळे या अवस्थेचा सन्मान केला पाहिजे.

जीवनातील प्रत्येक चांगल्या क्षणामागे काही वेदना असतात. मासिक पाळीचा काळ वेदनादायक असला तरी त्याचा परिणाम सुंदर असतो, कारण पुढे ती आई होण्याच्या प्रवासाकडे जाते. गर्भधारणेच्या वेळी मासिक पाळी थांबते आणि स्त्री नवीन जीवनाला जन्म देते. स्त्री

किंवा मुलगी ही पृथ्वीवरील अतिशय मौल्यवान घटक आहे.

पुरुषाच्या शारीरिक सहभागाशिवाय स्त्री गर्भवती होऊ शकत नाही. त्यामुळे मूल जन्माला घालण्यासाठी दोन्ही जोडीदार समानरित्या महत्त्वाचे आहेत. पुरुष पिता बनतो आणि स्त्री माता बनते. मूल जन्माला आल्यावरच त्यांना ही ओळख मिळते. मासिक पाळी ही दोन्ही जोडीदारांच्या आयुष्यातील महत्त्वाची प्रक्रिया आहे. या प्रक्रियेशिवाय त्यांचे आयुष्य अपूर्ण आहे.

निष्कर्ष

मासिक पाळीमुळे प्रत्येक स्त्रीच्या शारीरिक शरीराला महत्त्व प्राप्त होते. ही ईश्वरदत्त प्रक्रिया आहे, त्यामुळे ती सकारात्मकपणे स्वीकारली पाहिजे

3

मुलगी किंवा स्त्री

जेव्हा एखादी मुलगी आपल्या आई-वडिलांसोबत असते तेव्हा ती झाडावरील फुलांसारखी असते. झाडावर फूल किती सुंदर दिसते. झाडाला काटे असतील तर ते काटे त्या फुलाचे संरक्षण करतात. हीच परिस्थिती मुलीच्या आयुष्यातही लागू होते. जेव्हा मुलगी आपल्या आई-वडिलांसोबत असते तेव्हा ती त्यांच्या छायेत असते. आई-वडील तिच्या सर्व जबाबदाऱ्या स्वतः घेतात. ते आपल्या अडचणी तिच्या डोक्यावर टाकत नाहीत किंवा तिला त्रास देत नाहीत. आई-वडील आर्थिक, वैदयकीय किंवा सामाजिक अशा कोणत्याही समस्यांना सामोरे जात असले तरी त्या समस्या ते स्वतःच सोडवतात. त्या वेळी तिचे आई-वडील कोणत्या टप्प्यातून जात आहेत याची जाणीव तिला होत नाही.

प्राचीन काळात मुली पालकांसाठी ओझे समजल्या जात होत्या, पण आधुनिक काळात मुली आपल्या पालकांना अधिक प्रेम देतात. त्यामुळे समर्थ पालकांसाठी मुली या खूप प्रेमळ अपत्य असतात. पालक त्यांना योग्य शिक्षण, कपडे, निवारा आणि इतर आवश्यक गरजा पूर्ण करून देतात. मुलगी ही पालक ज्या परिस्थितीतून जात आहेत त्याची समज असणारी व्यक्तीही असते. जेव्हा ती १४ वर्षांखाली असते तेव्हा पालक तिच्याबाबत खूप निवांत असतात, पण ती मोठी झाल्यावर ते तिच्याबाबत अधिक

सावध आणि संरक्षक होतात.

समाज असे म्हणतो की मुलगा आणि मुलगी यांच्यात कोणताही फरक नाही, पण तरीही काही प्रमाणात फरक आहे असे आपण म्हणू शकतो. तो फरक काय? मुलगी शिक्षण घेऊ शकते, ती मुलापेक्षा जास्त घरगुती कामे करू शकते, तिच्यात मुलापेक्षा जास्त ताकद असते, ती स्वतःला अधिक सिद्ध करण्याचा प्रयत्न करते, तिला आपल्या कर्तव्यांची आणि जबाबदाऱ्यांची जाणीव असते. पण मुलगा आणि मुलगी यांच्यातील एक मोठा फरक म्हणजे दोघांचे शारीरिक स्वरूप वेगवेगळे असते. म्हणजेच आपण असे म्हणू शकतो की ती काचेसारखी असते, जिला कोणीही सहज दुखावू शकते किंवा तोडू शकते. त्यामुळे कधी कधी ती स्वतःचे संरक्षण करू शकत नाही आणि बराच काळ ती सुरक्षित नसते. हाच मुलगा आणि मुलगी यांच्यातील मोठा फरक आहे.

जर मुलगी शिक्षित किंवा स्वावलंबी असेल तर ती सासरच्या कुटुंबालाही शिक्षण देऊ शकते किंवा शिक्षणाचे व्यासपीठ उपलब्ध करून देऊ शकते. मुलगी फारशी अनुभवी नसते, पण लग्नानंतर ती अनुभवी होते. त्यामुळे लग्न हा मुलीच्या आयुष्यातील सर्वात मोठा टप्पा असतो. म्हणून प्रत्येक पालकाला तिच्या लग्नाबाबत निर्णय घ्यावा लागतो. आयुष्यातील हा बदल मुलीसाठी खूप कठीण टप्पा असतो.

जेव्हा ती महाविद्यालयात किंवा पदव्युत्तर शिक्षण घेत असते तेव्हा तिला अनेक समस्यांना सामोरे जावे लागते. तिला आपल्या पालकांशी संवाद साधावा लागतो, पण पालकांनी तिच्याशी मैत्रीपूर्ण नाते ठेवले पाहिजे. त्यामुळे ती आपल्या समस्या त्यांच्याशी मोकळेपणाने शेअर करू शकते. आज पालकत्वाच्या जबाबदाऱ्या बदलल्या आहेत. पालकांनी आपल्या मुली किंवा मुलासाठी सकारात्मक परिस्थिती निर्माण केली पाहिजे. त्या आपल्या भावना

आणि विचार लपवून ठेवतात, ते सकारात्मक किंवा नकारात्मक असू शकतात, म्हणून आपल्या मुलीच्या भावना समजून घेण्याचा प्रयत्न करा.

आजचा मुख्य मुद्दा म्हणजे दुर्लक्ष. तुम्हाला असे वाटत असेल की ती शारीरिकदृष्ट्या तंदुरुस्त आणि ठीक आहे म्हणजे ती पूर्णपणे सामान्य आहे, ही योग्य भूमिका नाही. बौद्धिक आणि भावनिकदृष्ट्याही ती सर्व काही योग्य प्रकारे करत आहे की नाही हे पाहणे आवश्यक आहे. आजच्या काळात पालक म्हणून आपल्याला आपल्या करिअर आणि कौटुंबिक आयुष्याचा योग्य समतोल साधावा लागतो. त्यामुळे आपल्या मुलीशी संवाद साधा, तिला समजून घेण्याचा प्रयत्न करा, दर महिन्याला काही आध्यात्मिक ठिकाणी भेट देण्यासाठी जा, तिला काय करावे आणि काय करू नये याबद्दल सांगा, तिला उच्च पातळीवर नेण्याचा प्रयत्न करा आणि बुद्धिमान पालक बना.

4

लग्नापूर्वीचा टप्पा

लग्न हा प्रत्येक मुलीच्या आयुष्यातील अतिशय महत्त्वाचा टप्पा असतो. या टप्प्यावर तिच्या आयुष्यात मोठे परिवर्तन घडते आणि ती पूर्णपणे वेगळ्या जीवनात प्रवेश करते. ज्या क्षणापासून लग्न ठरते, त्या क्षणापासूनच तिला पुढील आयुष्यासाठी स्वतःला तयार करावे लागते. आजच्या पिढीनुसार लग्नाआधी किमान एक वर्ष तरी भावी पतीसोबत एकमेकांना समजून घेण्याचा काळ असणे आवश्यक आहे. या काळात दोघेही एकमेकांच्या सवयी, आवडी-निवडी, स्वभाव समजून घेतात.

या टप्प्यात भावना, स्वप्ने आणि विचार एकमेकांशी शेअर करणे खूप महत्त्वाचे असते, कारण 'शेअरिंग इज केअरिंग' यावरच नात्याची पायाभरणी होते. जर या काळात दोघांनीही नातं नीट जपलं, तर पुढील आयुष्यातही ते चांगलं निभावू शकतात. कोणीही परिपूर्ण नसतं, त्यामुळे छोट्या समस्यांना मोठं होऊ देऊ नये. नात्यात स्वीकारभावना खूप आवश्यक असते. जर दोघांचे विचार पूर्णपणे जुळत नसतील, स्वभाव खूप वेगळा असेल, तर त्या नात्यात सुसंगतता नसते. त्यामुळे प्रत्येक मुलीने या टप्प्यात खोल विचार करून निर्णय घ्यावा.

तिने कोणताही निर्णय घाईने घेऊ नये. सासरच्या कुटुंबातील चांगल्या-वाईट गोष्टी समजून घ्याव्यात. ज्या

परंपरा किंवा संस्कृती तिला पेलवणार नाहीत, त्याबाबत तिने थोडा थांबून विचार करावा. नात्यातील दबाव चांगल्या आणि निरोगी नात्यासाठी योग्य नसतो. बोलण्यात मृदुता, वागण्यात लवचिकता असावी. मुलीने आपल्या होणाऱ्या जोडीदाराच्या भावना समजून घ्याव्यात आणि मुलानेही आपल्या होणाऱ्या पत्नीच्या भावना समजून घ्याव्यात. पैसा कमावता येतो, पण नात्यातील बंधन आणि जिव्हाळा खूप महत्त्वाचा असतो. त्यामुळे दोघांनीही नात्यात समतोल राखण्याचा प्रयत्न करावा.

या टप्प्यात त्यांनी एकमेकांना भेटावे, संवाद साधावा, संदेशांची देवाणघेवाण करावी. फक्त ऑनलाइन नातं पुरेसं नसतं, प्रत्यक्ष भेटीही गरजेच्या असतात. लग्नाआधी किमान दोन-तीन वेळा तरी एकमेकांना भेटणे आवश्यक आहे. भावनिक जुळवणीशिवाय लग्न करता येईल, पण ते नातं दर्जेदार राहणार नाही. मुलाने आपल्या कुटुंबाबद्दल जास्तीत जास्त गोष्टी मुलीला सांगाव्यात—कुटुंबाची संस्कृती, परंपरा, प्रत्येक सदस्याचा स्वभाव—जेणेकरून तिला त्या कुटुंबाची कल्पना येईल आणि ती स्वतःला तयार करू शकेल.

मुलगी सासरच्या कुटुंबात एक अतिशय महत्त्वाची भूमिका निभावते. मुलगा आपलं कुटुंब बदलत नाही, पण मुलगी आपलं संपूर्ण आयुष्य बदलते. म्हणूनच तिची जबाबदारी अधिक असते. तिला स्वतःला, पतीला आणि कुटुंबाला सांभाळावे लागते. त्यामुळे दोघांनीही एकमेकांना आधार देणे अत्यंत गरजेचे आहे. सासरी जाण्याआधी तिच्या मनात एक पवित्रतेची भावना असते, त्यामुळे तिला स्वतःला भावनिक आणि मानसिकदृष्ट्या संतुलित ठेवावे लागते. या टप्प्यात ती मानसिक आणि भावनिकदृष्ट्या मजबूत असणे आवश्यक आहे.

हा टप्पा प्रेम, भावना, काळजी आणि आनंदाने भरलेला असतो. त्यामुळे हा काळ सकारात्मकतेने, प्रेमाने आणि

समजुतीने जपावा.

5

विवाहानंतरचा टप्पा

विवाहानंतर प्रत्येक मुलीचे आयुष्य पूर्णपणे बदलते. ती आपल्या माहेरच्या घरातून सासरच्या कुटुंबात प्रवेश करते. माहेरच्या घरातील सवयी, परंपरा आणि वातावरण तिला परिचित असते; पण सासरच्या घरात प्रवेश केल्यावर तिला नव्या परंपरा, संस्कृती आणि वागणुकीशी जुळवून घ्यावे लागते. हा टप्पा प्रत्येक मुलीच्या आयुष्यातील एक वेगळाच आणि नवा प्रवास असतो. सासरच्या कुटुंबाच्या वातावरणानुसार तिला स्वतःला स्वीकारणे आणि जुळवून घेणे आवश्यक असते.

काही मुलींना घरगुती कामांची सवय नसते, त्यामुळे सुरुवातीला सर्व काही सांभाळणे त्यांच्यासाठी कठीण जाते. अशा वेळी तिने आपले काम सकारात्मक भावनेने सुरू करावे आणि आशावादी विचारांनी पूर्ण करावे. तिने आपल्या जोडीदाराच्या भावना आणि भावनिक गरजा समजून घ्याव्यात, तसेच सासरच्या लोकांच्या आवडीनिवडी लक्षात घ्याव्यात. जबरदस्तीने नव्हे, तर प्रेमाने आणि समजून घेऊन चांगली सून होण्याचा प्रयत्न करावा.

विवाहानंतर जेव्हा दोघांना एकत्र वेळ मिळतो, तेव्हा त्यांनी बाहेर फिरायला जावे, एकमेकांसोबत वेळ घालवावा आणि आयुष्याचा आनंद घ्यावा. हा टप्पा आयुष्यात पुन्हा

पुन्हा येत नाही, म्हणून नवविवाहित मुलगा आणि मुलगी दोघांनीही एकमेकांना स्वीकारून आनंदी जीवनाची सुरुवात करावी. कोणीही परिपूर्ण नसतो, त्यामुळे कधी कधी आणि कुठे तरी समायोजन आवश्यक असते. त्यांनी एकमेकांशी खुलेपणाने संवाद साधावा, आपले विचार मांडावेत आणि एकमेकांच्या मतांचा आदर करावा. कोणत्याही नात्यात आदराला सर्वात मोठे स्थान असते. प्रत्येक आत्मा वेगळा असतो, आणि परस्पर आदर व कृतज्ञतेने नाते अधिक मजबूत होते.

तिने प्रत्येक गोष्टीला नकार देऊ नये, तर सासरच्या कुटुंबाशी लवचिकता दाखवावी. एखादे काम जमत नसेल, तर ते नम्रपणे सांगावे. पण जर एखादे काम सोपे आणि शक्य असेल, तर ते पूर्ण करण्याचा प्रयत्न करावा. सतत नकार देणे गैरसमज निर्माण करते, तर समायोजन नाते मजबूत करते. म्हणूनच कोणत्याही नात्यात समायोजन अत्यंत आवश्यक आहे.

सासरच्या कुटुंबात प्रवेश करताना विवाहित मुलीला नव्या जन्मासारखी अनुभूती येते. काही परंपरा, संस्कृती, अन्न किंवा पोशाख तिला आवडत नसतील, तरी कधी कधी तिला स्वतःमध्ये बदल करावे लागतात. त्याचवेळी सासरच्या कुटुंबानेही बदल स्वीकारणे आणि जुळवून घेणे गरजेचे असते. दोन्ही बाजूंनी समजूतदारपणा आणि लवचिकता असेल, तरच नाते निरोगी आणि टिकाऊ राहते.

दोन्ही जोडीदारांनी धार्मिक स्थळांना भेट दयावी तसेच त्यांना आवडणाऱ्या ठिकाणीही फिरायला जावे. वैवाहिक आयुष्यात दोघांना खासगीपणाचीही गरज असते, आणि कुटुंबीयांनी त्यासाठी त्यांना साथ दयावी, जेणेकरून त्यांच्या आयुष्याची सुरुवात सुंदर आणि मजबूत होईल. सहकार्याची नाती जोडप्यांमधील बंध अधिक घट्ट करतात. केवळ एका जोडीदाराचे प्रेम पुरेसे नसते; मजबूत नाते टिकवण्यासाठी दोघांचे प्रेम, प्रयत्न आणि समर्पण

तितकेच महत्त्वाचे असते. कुटुंबात चुका होऊ शकतात, माफीनामे दिले जाऊ शकतात, पण सतत चुका करणे योग्य नाही. सुंदर नाते घडवण्यासाठी प्रेम, जिव्हाळा, काळजी आणि परस्पर आदर आवश्यक आहे.

नवविवाहित जीवन हे खूप सुंदर असते. आनंद स्वीकारा, आयुष्याचा मनमुराद आनंद घ्या आणि प्रत्येक आव्हानाला सामोरे जा. जर कुठे अन्याय जाणवला, तर तो शांततेने आणि समजूतदारपणे सोडवण्याचा प्रयत्न करा.

6

गर्भधारणा

गर्भधारणा हा प्रत्येक स्त्रीच्या आयुष्यातील एक अतिशय महत्त्वाचा आणि मोठा टप्पा असतो. या काळात तिच्या शारीरिक रचनेत तसेच जीवनशैलीत मोठा बदल घडून येतो. गर्भधारणेची बातमी समजल्यावर ती खूप आनंदी होते. मात्र गर्भधारणेच्या पहिल्या महिन्यापासून तिच्या मनात अनेक विचार येऊ लागतात, कारण गर्भधारणेच्या प्रत्येक टप्प्याबाबत ती सुरुवातीला अनभिज्ञ असते.

गर्भात एक छोटेसे बाळ वाढत आहे ही जाणीव झाल्यावर तिचे विचार अतिशय सकारात्मक असणे आवश्यक आहे. गर्भधारणेच्या काळात विचारांना खूप महत्त्व असते, कारण आईच्या मनातील प्रत्येक विचाराचा परिणाम बाळावर होतो. त्यामुळे या काळात सकारात्मक आणि आरोग्यदायी विचार असणे गरजेचे आहे.

गर्भधारणेदरम्यान आहाराचेदेखील विशेष महत्त्व आहे. आईचा आहार आणि रक्ताभिसरण थेट बाळापर्यंत पोहोचते. त्यामुळे गर्भवती महिलांनी पौष्टिक आहार, आरोग्यदायी स्नॅक्स आणि योग्य अन्न सेवन करणे आवश्यक आहे. सकारात्मक विचार वाढवण्यासाठी प्रेरणादायी पुस्तके वाचनात आणावीत. मोकळ्या वेळेत 'राजमाता जिजाऊ', 'मीन्स ऑफ फायर', 'बॅलन्सिंग लाईफ' यांसारखी पुस्तके वाचल्यास मानसिक स्थैर्य

लाभते आणि बाळाच्या सर्वांगीण विकासाला मदत होते.

दररोज सकाळी व संध्याकाळी चालणे (वॉक) करणे फायदेशीर ठरते. यामुळे तिला ताजी आणि शुद्ध हवा मिळते तसेच शारीरिक स्वास्थ्य टिकून राहते. कुटुंबातील प्रत्येक सदस्याने तिची शारीरिक व भावनिक काळजी घेणे अत्यंत आवश्यक आहे. कारण तीच पुढील पिढीला जन्म देणारी असते.

प्रत्येक पालकांनी हे लक्षात ठेवले पाहिजे की गर्भधारणा ही केवळ शारीरिक प्रक्रिया नसून ती भावनिक आधार आणि उद्याच्या भविष्याची तयारी आहे. आधुनिक युगातील प्रत्येक गर्भवती स्त्रीने हे समजून घ्यावे की दैवाने तिला मातृत्वाची शक्ती दिली आहे. त्यामुळे ती सक्षम आहे आणि ९ महिने ९ दिवस बाळाला पोटात सांभाळण्याची ताकद तिच्यात आहे.

आईच्या गर्भात बाळाची वाढ प्रेम, काळजी आणि विचारांच्या संगमातून होते. प्रसूतीच्या वेळी व गर्भधारणेच्या काळात तिच्या भावनांमध्ये अनेक बदल होतात. कधी कधी वैद्यकीय समस्या, कौटुंबिक वातावरणातील विसंगती यांमुळे ती अस्वस्थ व चिंताग्रस्त होते. शरीरातील अचानक होणारे बदल तिला कधी कधी अस्वस्थ करतात. चालण्याच्या, बोलण्याच्या पद्धतीतही बदल होतात, जे तिने स्वीकारून पुढे जाणे गरजेचे असते.

या काळात तिला पतीची साथ, प्रेम, भावनिक व शारीरिक आधार अत्यंत आवश्यक असतो. पती-पत्नी यांच्यातील संवाद चांगला असल्यास गर्भधारणेचा हा टप्पा अधिक सुलभ होतो. तिला योग्य मार्गदर्शन आणि प्रेरणा देणाऱ्या व्यक्तींचीही गरज असते, ज्यामुळे ती उद्याच्या भविष्याची मजबूत पायाभरणी करू शकते.

राणी लक्ष्मीबाई (झाशीची राणी) हे याचे सर्वोत्तम उदाहरण आहे. त्यांनी आपल्या झाशीसाठी लढा दिला आणि बाळाला पाठीवर बांधून युद्ध केले. त्या सर्व गर्भवती स्त्रियांसाठी प्रेरणादायी आदर्श आहेत.

7

बाळाच्या जन्मानंतरचा जीवनाचा टप्पा

प्रसूतिनंतर येणारा हा टप्पा महिलांच्या जीवनात मोठे बदल घडवून आणतो. बाळाला जन्म दिल्यानंतर तिच्या मातृत्वाचा टप्पा सुरू होतो. शारीरिक शरीरातील बदल स्वीकारताना तिला अनेक आव्हानांना सामोरे जावे लागते उदा., तिच्या आहारात बदल होतात, ती शारीरिकदृष्ट्या कमजोर होते. या टप्प्यात तिला बाळासोबतच कुटुंबाचीही काळजी घ्यावी लागते. एका शिशुला त्याच्या आईचे प्रेम आणि आपुलकी आवश्यक असते, म्हणून आईने त्याला योग्य काळजी आणि जपणूक द्यावी कारण बाळ पूर्णपणे तिच्यावर अवलंबून असते.

त्या टप्प्यात तिला तिच्या बाळासाठीच जगावे लागते, बाळाला आईचे दूध हवे असते म्हणून तिने योग्य आणि आरोग्यदायी आहार घ्यावा कारण तिच्या आहारावरच बाळाचे आरोग्य अवलंबून असते. ती बाळाच्या आरोग्यासाठी जबाबदार असते. तिला बाळाला आंघोळ घालावी लागते, दिवसातून ४ वेळा कपडे बदलावे लागतात; मालिश करावी लागते, बाळाची योग्य स्वच्छता राखावी लागते. तिला बाळाच्या झोपण्याच्या आणि जागे होण्याच्या वेळा सांभाळाव्या लागतात. तिला बाळाचे वेळापत्रक ठरवावे लागते, आणि ते अंमलात आणावे

लागते. तिला बाळाला निरोगी ठेवावे लागते.

महिन्यांनुसार तिला बाळाच्या आरोग्यासाठी योग्य अशा काही क्रिया जोडाव्या लागतात. क्रिया म्हणजे, वयानुसार बाळाला खेळणी द्यावी लागतात, मऊ खेळणी आवश्यक असतात, जी बाळासाठी हानिकारक नसतात. गरज असेल तेव्हा तिला बाळाला तोंडाला धरायचे टिथर दयावे लागते, तिला हो किंवा नाही हे सांगावे किंवा शिकवावे लागते, काही छोटे वाक्य वापरावे लागतात जेणेकरून बाळाला त्या विशिष्ट भाषेची सवय लागेल. आई आणि वडीलांनी बाळाला एक मौल्यवान भेट म्हणून सांभाळावे, बाळाच्या आयुष्यात पालकांनी सहायक भूमिका बजावली पाहिजे. बाळाला दोघांची साथ आवश्यक असते म्हणून त्यांनी आपल्या बाळासोबत सवयीचे व्हावे.

दूध पाजण्याच भाग आईच्या जीवनातील खूप मौल्यवान असतो. तिला खाण्याची वेळ ठरवावी लागते तेव्हा बाळ सुंदर हास्यासह वाढू शकते. खाण्याची ही प्रक्रिया खूप छान असते. आईच्या कुशीत असताना बाळ खूप आनंदी असते. बाळाला आईच्या भावनिक जडणघडणीची गरज असते. बाळ हे त्यांच्या पालकांचे भविष्य असते म्हणून त्याचे संरक्षण सकारात्मक आणि सौम्य पद्धतीने करावे.

आई म्हणून तिच्यावर फक्त मुलांचीच जबाबदारी नसते तर कुटुंबाचीही जबाबदारी असते, तिला तिच्या बाळाला जास्तीत जास्त वेळ द्यावा लागतो आणि त्यानंतर घरगुती कामांना प्राधान्य द्यावे लागते. जर ती एक काम करणारी महिला असेल तर तिला मुलांची जबाबदारी एखाद्या विश्वासू व्यक्तीकडे म्हणजे आजी किंवा आया यांच्याकडे सोपवावी लागते. काम करणाऱ्या महिलेला अनेक आव्हानांना सामोरे जावे लागते उदा., तिचे व्यावसायिक जीवन, तिच्या मुलांचे जीवन तसेच कुटुंबाचे जीवन. कधी कधी ती प्रत्येकाला न्याय देऊ शकत नाही

पण ती स्वतःला सकारात्मक पद्धतीने सिद्ध करण्याचा प्रयत्न करते.

जेव्हा बाळ १ महिना ते ३ वर्षांपेक्षा लहान असते तेव्हा प्रवास करणेही तिच्यासाठी आणि बाळासाठी खूप कठीण असते. त्यामुळे या सर्व टप्प्यांतून जाताना तिने वेळेवर, देवावर आणि कुटुंबातील सदस्यांवर विश्वास ठेवावा. ती एकटी स्वतः अनेक कामे करू शकत नाही पण तिच्यात अधिक क्षमता आणि ताकद असते म्हणून तिच्या आजूबाजूच्या प्रत्येकाने तिला नैतिक पाठिंबा देऊन या जीवनाच्या टप्प्याला सामोरे जाण्यास मदत करावी.

[प्रत्येकालाच जीवनातील वेगवेगळ्या टप्प्यांतून जावे लागते पण प्रत्येक टप्पा हा शिकण्याची प्रक्रिया असतो म्हणून ते सहजपणे घ्या.]

8

विवाह, मातृत्व, करिअर : त्रिप्पट दबाव

विवाह

विवाह हा मुलगी किंवा कन्येच्या आयुष्यातील एक मोठा परिवर्तनाचा टप्पा असतो. समाजामध्ये विवाह ही एक महत्त्वाची सांस्कृतिक परंपरा मानली जाते, म्हणून प्रत्येक मुलीला आयुष्यात कधीतरी या टप्प्याला सामोरे जावे लागते. वय १८ वर्षांनंतर विवाहाचा विषय बहुतेक वेळा चर्चेत येतो. बहुतेक मुलींचे विवाह ठरवून होतात, ज्यामध्ये पालकांचा पूर्ण पाठिंबा असतो. काही वेळा मुलगी प्रेमविवाहाचा निर्णय घेते, तेव्हा कधी कधी पालकांचा पाठिंबा मिळत नाही. या दोन्ही परिस्थिती पूर्णपणे वेगळ्या असतात.

ठरवून झालेल्या विवाहामध्ये सर्व समारंभ पालकांच्या पाठिंब्याने पार पडतात. या संपूर्ण प्रक्रियेत मुलगी केंद्रस्थानी असते आणि तिला प्रत्येक परिस्थितीशी जुळवून घ्यावे लागते. पहिला समारंभ म्हणजे मेहंदी समारंभ, ज्यामध्ये तिच्या हातावर मेहंदी रेखाटली जाते. त्या क्षणी ती खूप आनंदी दिसते आणि पालकांच्या प्रेमामुळे अधिक सुंदर वाटते. दुसरा समारंभ म्हणजे हळदी समारंभ. या समारंभात नातेवाईक आणि पालक तिच्यावर

हळद लावतात. हा क्षण भावनिक असतो, कारण ती माहेर सोडून सासरी जाण्यासाठी सज्ज होत असते. तिसऱ्या दिवशी विवाह सोहळा होतो, जिथे दोन्ही कुटुंबे एकत्र येतात. अग्नीभोवती सात फेरे घेताना दोघे आयुष्यभरासाठी एकमेकांशी बांधले जातात. अनेक विधी आणि मनोरंजनाचे कार्यक्रम या दिवशी होतात, त्यामुळे हा दिवस तिच्या आयुष्यातील सर्वात खास दिवस ठरतो.

विवाहानंतर तिला सासरच्या कुटुंबाची संस्कृती, परंपरा, आवडी-निवडी स्वीकाराव्या लागतात. तिला प्रत्येक कुटुंबीयांचा विचार करावा लागतो. माहेर सोडताना ती भावनिक आणि थोडीशी घाबरलेली असते. नव्या वातावरणाशी जुळवून घेण्यासाठी वेळ लागतो. या टप्प्यावर तिचा जीवनसाथी सर्वात महत्त्वाचा असतो आणि शारीरिक, मानसिक व भावनिक समज आवश्यक असते. दोघांनीही एकमेकांना स्वीकारणे गरजेचे असते, अन्यथा नातं टिकवणं कठीण होतं.

फक्त मुलीनेच नाही, तर जोडीदारानेही तिच्या भावना, आवडी-निवडी समजून घ्यायला हव्यात. दोघांकडून स्वीकार असेल तरच नातं मजबूत होतं. कोणालाही त्यांच्या नात्यात हस्तक्षेप करू देऊ नये, कारण तिसऱ्या व्यक्तीचा हस्तक्षेप गोंधळ निर्माण करतो. समजूतदारपणा असेल तर कुटुंबात सौम्य आणि सकारात्मक वातावरण तयार होतं, जे नात्याला बळ देतं.

विवाह हा चढउतारांनी भरलेला प्रवास आहे. दोघांनीही गोष्टी सकारात्मकपणे घ्यायला हव्यात, एकमेकांना वेळ द्यावा, एकत्र बाहेर जावं आणि आयुष्याचा आनंद घ्यावा. हा टप्पा शेवट नसून नव्या प्रवासाची सुरुवात असते. संवाद खूप महत्त्वाचा आहे. एकमेकांच्या भावना आणि वागणूक समजून घेण्यासाठी सर्व काही शेअर करणं आवश्यक आहे. केवळ तडजोडीवर टिकलेली नाती दीर्घकाळ टिकत नाहीत. आयुष्यभर टिकणाऱ्या

नात्यासाठी स्वीकार, प्रेम, आपुलकी आणि मजबूत बंधन गरजेचं आहे.

मातृत्व

मातृत्व हा विवाहानंतरचा पहिला टप्पा आहे. आई होणं हे देवाचं एक अनमोल वरदान आहे, जे दोघांनाही प्रेम, विश्वास आणि भावनिक तसेच शारीरिक नात्यामुळे मिळतं. फक्त शारीरिक नातं पुरेसं नसतं, तर भावना आणि प्रेमही तितकंच महत्त्वाचं असतं.

गर्भधारणेच्या पहिल्या महिन्यापासून बाळाच्या जन्मापर्यंत स्त्रीला स्वतःची आणि गर्भातील बाळाची काळजी घ्यावी लागते. ती फक्त स्वतःचा नाही तर नव्या जीवाचा विचार करत असते. बाळाच्या जन्मानंतर ती खऱ्या अर्थाने आई बनते. मातृत्वाचा प्रवास अतिशय सुंदर असतो आणि त्या प्रत्येक क्षणाचा आनंद घ्यायला हवा. या टप्प्यावर तिला स्वतः, बाळ आणि कुटुंब यांचा समतोल राखावा लागतो.

आई होणं म्हणजे मोठी जबाबदारी स्वीकारणं. एक मूल असो वा दोन, तिने कधीही हार मानू नये. बाळाला दूध पाजणं, कपडे बदलणं, वेळापत्रक सांभाळणं, रात्री जागणं आणि झोपेची वेळ जुळवणं या सर्व गोष्टी तिच्याच जबाबदाऱ्या असतात. या सगळ्या जबाबदाऱ्या तिने सकारात्मकतेने पार पाडाव्या लागतात.

जर आईला सगळं एकटीने सांभाळणं अवघड वाटत असेल तर तिने माहेरच्या आणि सासरच्या कुटुंबाचा आधार घ्यायला हवा. जर ती काम करणारी स्त्री असेल, तर तिला करिअर, बाळ आणि कुटुंब यांचा समतोल राखावा लागतो. या टप्प्यावर अनेक आव्हाने येतात आणि भावनिक बदलही होतात, त्यामुळे जोडीदाराचा आणि कुटुंबाचा पाठिंबा अत्यंत आवश्यक असतो.

करिअर

ती तिच्या कुटुंबाची, समाजाची आणि मुलांची खरी शक्ती असते. एक स्त्री एकाच वेळी अनेक भूमिका निभावत असते. ती आई असते, पत्नी असते, सून असते आणि एक व्यावसायिकही असते. ती काम करत असली तरी घरातील जबाबदाऱ्या थांबत नाहीत. ती मुलांची काळजी घेते, पतीला साथ देते आणि सासरच्या कुटुंबाला प्रेमाने सांभाळते. दिवसभर काम करूनही ती घरातील जबाबदाऱ्या निभावते आणि आपली ताकद दाखवते.

कामासाठी बाहेर जाताना तिला मुलांची जबाबदारी सुरक्षित हातात द्यावी लागते. तेव्हाच ती तिच्या करिअरकडे लक्ष देऊ शकते. हे भावनिकदृष्ट्या कठीण असतं, कारण आईचं मन नेहमी मुलांजवळ असतं. तरीही ती पुढे जाते, कारण तिचं करिअर तिची ओळख, आत्मविश्वास आणि भविष्य असतं.

करिअरसाठी व्यावसायिकता आणि समर्पण आवश्यक असतं. वैयक्तिक अडचणींना करिअर थांबत नाही. त्यामुळे एक काम करणारी स्त्री वेळ, ऊर्जा आणि भावना योग्य पद्धतीने व्यवस्थापित करते. ती करिअरसोबतच मुलांचे शिक्षण, आरोग्य आणि संस्कार याकडेही लक्ष देते. या सगळ्यांचा समतोल साधून ती एक आदर्श आई बनते.

तिचं करिअर म्हणजे फक्त नोकरी नाही, तर तिचं स्वप्न, यश आणि आत्मसन्मान असतो. घरातील जबाबदाऱ्या पार पाडत ती स्वतःची स्वप्नंही पूर्ण करते. ती हुशारीने काम करते, सातत्य ठेवते आणि ताणतणावाला ताकदीने सामोरी जाते. संयम, मेहनत आणि निर्धाराच्या जोरावर ती सिद्ध करते की एक स्त्री यशस्वी करिअर घडवू शकते आणि आनंदी कुटुंबही सांभाळू शकते.

निष्कर्ष

विवाह, मातृत्व आणि करिअर हा स्त्रीच्या आयुष्यातील त्रिप्पट दबाव असतो, पण हाच दबाव तिला अधिक मजबूत बनवतो. या जबाबदाऱ्यांमुळे तिच्यात मोठं परिवर्तन घडतं. ती स्वीकार, जुळवून घेणं, संयम आणि समस्या सोडवण्याची कला शिकते. आयुष्य तिला प्रत्येक परिस्थितीत परिपक्वतेने आणि ताकदीने कसं वागायचं हे शिकवतं.

वेळेनुसार तिला कळतं की प्रत्येक अडचणीला विरोधच करावा लागतो असं नाही. काही गोष्टी शांततेने, काही धैर्याने आणि काही मौनाने हाताळाव्या लागतात. ती प्रत्येक गोष्ट सहजतेने आणि समतोलपणे घ्यायला शिकते. हा प्रवास तिला कमकुवत करत नाही, तर मानसिक, भावनिक आणि व्यावहारिकदृष्ट्या अधिक सक्षम बनवतो.

दबावाला सकारात्मकतेत बदलून त्यातून स्वतःला अधिक मजबूत आणि आत्मविश्वासपूर्ण बनवा.

9

लवकर विवाह आणि स्वप्नांवर होणारा परिणाम

अनेक लोक म्हणतात की प्रत्येक मुलगी आपल्या नशिबावर जन्माला येते; पण खरे तर प्रत्येक मुलगी आपल्या स्वप्नांसह जन्माला येते.

प्राचीन काळात लवकर विवाह ही एक सामान्य प्रथा होती. दहा ते बारा वर्षांच्या वयातील मुलींचे विवाह केले जात, कारण समाजाची अशी धारणा होती की स्त्रीचे आयुष्य म्हणजे केवळ मुलांना जन्म देणे आणि स्वयंपाकघरापुरते मर्यादित असणे. ही विचारसरणी समाजाच्या मुळाशी घट्ट रुजलेली होती आणि मुलींना जबरदस्तीने या प्रक्रियेत ढकलले जात असे. अनेक वेळा मुलींचा विवाह तीन-चार वर्षांनी मोठ्या मुलांशी, तर कधी कधी तीस-पस्तीस वर्षांच्या पुरुषांशीही केला जाई. पालकांनी घेतलेला निर्णय अंतिम मानला जाई आणि मुलीला तो निमूटपणे स्वीकारावा लागत असे.

सुमारे ९०% मुलींनी ही परिस्थिती शांतपणे स्वीकारली; परंतु उरलेल्या १०% मुलींच्या मनात स्वतःची स्वप्ने होती. त्यांना लवकर विवाह मान्य नव्हता, पण तो दबावाखाली केलेला विवाह होता. विवाहानंतरही काही मुलींनी पुस्तके वाचून, परीक्षा देऊन आपली स्वप्ने पूर्ण करण्याचा प्रयत्न

केला. मात्र अशा घटना फारच दुर्मिळ होत्या.

याचे सर्वोत्तम उदाहरण म्हणजे सावित्रीबाई फुले. त्यांचाही विवाह लवकर झाला होता, पण पतीच्या सहकार्यामुळे त्यांनी आपली स्वप्ने साकार केली. महात्मा ज्योतिबा फुले यांनी त्यांना खंबीर पाठिंबा दिला आणि त्यामुळेच त्या भारतातील पहिल्या महिला शिक्षिका ठरल्या. त्यांच्या प्रयत्नांमुळे शिक्षणाची ज्योत पेटली आणि मुलींनी विवाहापूर्वी व विवाहानंतरही शिक्षण घेण्याचे धाडस दाखवले. त्यांनी घरगुती जबाबदाऱ्या सांभाळत शिक्षणाचा मार्ग स्वीकारला.

लवकर विवाह ही अशी संकल्पना आहे ज्यात सुमारे ८०% मुली घरकाम आणि मुलांच्या संगोपनात अडकून पडतात, तर केवळ २०% मुली वैयक्तिक व व्यावसायिक आयुष्याचा समतोल साधू शकतात. लवकर विवाहामुळे मुलींना शिक्षणाकडे पूर्ण लक्ष देता येत नाही, कारण घर आणि कुटुंबाच्या जबाबदाऱ्यांचे ओझे त्यांच्या खांद्यावर असते. विवाहानंतर शिक्षण घेण्याचा प्रयत्न केला, तरी त्यांचे आयुष्य अनेकदा विस्कळीत होते.

मुलीचे माहेर आणि सासर वेगवेगळे असते. माहेरी ती मोकळेपणाने जगते. कोणताही दबाव नसतो—ती मनसोक्त शिकते, आवडीने खाते, आणि स्वतःच्या इच्छेनुसार निर्णय घेते. ती जणू सुंदर बागेतील नाजूक फुलासारखी असते—सुरक्षित, आनंदी आणि निर्धास्त. या वातावरणात विवाहापूर्वी ती अनेक गोष्टी साध्य करू शकते. पण लवकर विवाह तिच्या पंखांवर मर्यादा आणतो आणि उंच भरारी घेण्यापासून तिला रोखतो.

विवाहानंतर तिला सासरच्या कुटुंबात अनेक तडजोडी कराव्या लागतात. आवाज असूनही तिला शांत राहावे लागते. वाद टाळण्यासाठी ती आपली स्वप्ने बाजूला ठेवते. क्वचितच काही स्त्रियांना विवाहानंतर स्वप्नपूर्तीसाठी

स्वातंत्र्य मिळते; पण बहुतांश वेळा नियम, अटी आणि बंधनांमध्येच तिचे आयुष्य अडकते. ती एका “सोन्याच्या पिंजऱ्यात” अडकते—जिथे तिला आज्ञाधारक सून म्हणून परंपरा आणि संस्कृती पाळाव्या लागतात. स्वतःचे स्वतंत्र जग निर्माण करण्यासाठी फारशी जागा उरत नाही.

आपली सर्व स्वप्ने एका कोपऱ्यात ठेवून ती केवळ तग धरून राहण्यावर लक्ष केंद्रित करते—सासरचे कुटुंब सांभाळणे, मुलांची काळजी घेणे आणि घरात सकारात्मक वातावरण निर्माण करणे. हळूहळू तिचे कुटुंबच तिचे स्वप्न बनते. ती स्वतःची स्वप्ने बंद करते आणि त्यांना जबाबदाऱ्यांचे रूप देते. ती एक चांगली आई, चांगली पत्नी आणि चांगली सून म्हणून स्वतःला सिद्ध करते. आपल्या आवडी-निवडी दडवते, दुःखावर हसरा चेहरा ठेवते आणि मुलांमध्येच आपला आनंद शोधते.

अपूर्ण राहिलेली स्वप्ने ती आपल्या मुलांमध्ये पाहू लागते. तिला वाटते आपण जे साध्य करू शकलो नाही, ते आपली मुले नक्की साध्य करतील. म्हणून ती त्यांना सकस आहार, उत्तम शिक्षण, चांगले कपडे आणि सुरक्षित वातावरण देते. मुलांवर अन्याय होऊ नये, हीच तिची अपेक्षा असते. मुलेच तिच्या त्यागाचे प्रतिबिंब बनतात. अंतःकरणावर दगड ठेवून ती आपले कौटुंबिक आयुष्य यशस्वी करण्याचा प्रयत्न करते.

स्वप्ने पूर्ण करणे हे प्रत्येक मुलीसाठी सर्वात मोठे बक्षीस असते. पण स्वप्ने अपूर्ण राहिली तरी स्त्रीमध्ये आयुष्याची दिशा बदलण्याची ताकद असते.

10

Life Stage

जीवन जगत असताना सुखद व दुःखद असे अनुभव येत असतात. सुखद अनुभव येतात तेव्हा सर्वजण आपल्या जवळ असतात; पण दुःखद अनुभव जगत असताना फारच क्वचित व्यक्ती आपल्या सोबत उरतात. तेच खरे आपल्या जीवनाचे आधार असतात.

सुखद अनुभव म्हणजे आपल्या घरी मंगलकार्य, वाढदिवस साजरा करणे किंवा लग्नाचा वाढदिवस, गेट-टुगेदर इत्यादी प्रसंगी जवळचे व दूरचे नातेवाईक, फ्रेंड सर्कल—सर्वच जण उपस्थित असतात. ज्यांना आग्रहाचे निमंत्रण असते किंवा नसते, ते सुद्धा येतात. *When sugar is there, all ants make crowd*—असेच काहीसे असते.

पण तोच व्यक्ती संकटात सापडला, किंवा शारीरिक अथवा मानसिक तणावात असेल, तर त्या crowd ची संख्या १०० वरून १० वर येते. आजच्या पळापळीच्या जीवनात पैसा जरी महत्त्वाचा असला, तरी सर्व काही पैसा नसतो. पैसा गरजेचा नक्कीच आहे, पण तो अनुभव नसतो. पीडित व्यक्तीला तुमच्या भावनिक गरज असते. आपण त्याच्याशी बोलावे, त्याच्यासोबत वेळ घालवावा, जुन्या आठवणींना उजाळा द्यावा.

खरंच, वर्तमानकाळात जगत असताना भूतकाळही तितकाच महत्त्वाचा असतो. कारण भूतकाळातील चांगले आणि वाईट अनुभव वर्तमानकाळात उपयोगी पडतात.

जीवनात अनेक प्रकारच्या phases येतात. त्यातून *relationship politics* म्हणजे काय असते, याची जाणीव होते. सरळ आयुष्य जगणाऱ्या माणसाला समाज सरळ जगू देत नाही; त्याला/तिला वळण घ्यायला भाग पाडतो. समाजातच जगायचे असते, जगावेच लागते.

म्हणून—

पहिली stage – *Listen to the people, but obey your conscience.*

दुसरी stage – *Give your own opinions to them.* ज्यांना फॉलो करायचे आहे ते करतील, ज्यांना नको आहे ते करणार नाहीत.

तिसरी stage – *You are speakers and they are audience.* आपण एक फिल्म दाखवतो; त्यातून कोणता moral घ्यायचा हे त्यांच्या विचारांवर अवलंबून असते.

चौथी stage – Discussion way – *You may share, I will share.* एकमेकांच्या विचारांचा आदर करा.

पाचवी stage – *Those whose levels are matched, only talk and discuss with them.* अन्यथा त्यांना त्यांच्या जागीच सोडून द्या.

सहावी stage – Relationship तेव्हाच स्वीकारा, जेव्हा दोन्ही बाजूंनी acceptance असेल.

सातवी stage – समोरच्याला जास्त affection देऊ नये. जर त्याने/तिने त्या प्रेमाचा गैरअर्थ काढला, तर ते

प्रेम व्यर्थ ठरते.

आठवी stage – आपण केलेल्या मदतीची किंमत समोरच्याला असली पाहिजे; नाहीतर गरिबांना दान करणेच नेहमी चांगले.

नववी stage – आपल्या priorities कुटुंबाला आणि आपल्या मुलांना द्यायला हव्यात. तरच त्या नात्याचा खरा उपयोग होतो. त्यांना चांगले शिक्षण, संस्कार, कपडे, अन्न आणि निवारा देणे—हेच सत्य आणि शाश्वत आहे.

11

नैराश्य अवस्था

एखादी स्त्री या अवस्थेत गेली असेल, तर त्यामागचे कारण बहुतेक वेळा असे असते की ती आपल्या कुटुंबासाठी प्रामाणिक असते; पण तिला समजून घेणारे कोणीच नसते. ती काम करत असताना तिच्या भावनिक समस्यांकडे दुर्लक्ष केले जाते. तिच्या भावना, अडचणी आणि मानसिक अवस्था कोणीही गंभीरपणे घेत नाही.

अशा परिस्थितीत असे आढळून येते की तिची सोबत असलेला संवाद हळूहळू संपत जातो. ती स्वतःकडे, कुटुंबाकडे किंवा समाजाकडे नकारात्मक दृष्टीने पाहू लागते. स्त्री फक्त शारीरिक वस्तू नसते; ती भावनिक व बौद्धिक व्यक्तिमत्त्व असते. ती घर सांभाळते, मुलांची जबाबदारी घेते आणि कुटुंबासाठी अनेक त्याग करते.

स्वतःच्या आयुष्यात व्यस्त असताना तिला अनेक समस्या सहन कराव्या लागतात. तिची मानसिक अवस्था ढासळली, तर तिला समजून घेणारे कोणीच नसते. Depression या अवस्थेत जाताना तिला एकटेपणा जाणवतो, चिडचिड होते, काही गोष्टी स्वीकारणे कठीण जाते, शरीरावर आणि मनावर मोठ्या प्रमाणात बदल होतात. नियमित schedule follow करत असूनही ती 100% देऊ शकत नाही. कोणत्याही सुखद गोष्टीत सहभागी होण्याची इच्छा राहत नाही आणि ती स्वतःच्या

अपेक्षा बाजूला ठेवते.

समाजातील सुमारे 50% स्त्रिया या अवस्थेला बळी पडतात. याचे मुख्य कारण म्हणजे आधीची जीवनशैली अचानक बदलणे, contrast level मध्ये मोठा फरक पडणे किंवा ज्या लोकांकडून अपेक्षा असतात त्यांच्याकडून अपेक्षाभंग होणे. स्त्रीचे व्यक्तिमत्त्व संवेदनशील (sensitive) असते. जसे झाडावर पिकलेले फळ—त्यावर जास्त जोर दिला, तर ते नष्ट होते; आणि खाली पडले, तर खराब होते.

याचा विचार केला जात नाही; म्हणूनच अनेक वेळा divorce घेणे, suicide करणे किंवा स्वतःला independent करून स्थलांतर करणे असे टोकाचे निर्णय घेतले जातात—तेही श्रीमंत कुटुंबांमध्ये. आज 'बेटी बचाव' अभियान सुरू असले, तरी स्त्री बचाव ही कुटुंबीयांची सामूहिक जबाबदारी आहे.

कुटुंबामध्ये mutual understanding, communication barriers दूर करणे, affection towards each other आणि time management या गोष्टी महत्त्वाच्या आहेत. कौटुंबिक पातळी एकसमान नसेल, तर गैरसमज वाढतात. Comparison, up's and downs आणि रोजचे मतभेद असतील, तर depression अधिक वाढते—जे स्त्रियांना face करावे लागते.

ज्या स्त्रिया unqualified असतात, त्या कधी कधी या अवस्थेतून बाहेर पडतात; पण ज्या qualified किंवा independent स्त्रिया असतात, त्या depression मध्ये अधिक अडकतात. कारण त्या पैसा कमावतात, घर सांभाळतात, मुलांची जबाबदारी घेतात आणि हे सर्व करत असताना compromise करण्यास तयार नसतात.

12

एकट्या आईच्या न बोललेल्या लढाया

आधुनिक युगात कुटुंबव्यवस्था दोन प्रकारांची दिसते न्यूक्लिअर कुटुंब आणि संयुक्त कुटुंब. न्यूक्लिअर कुटुंबात अनेकदा पती-पत्नींच्या विचारांमध्ये ताळमेळ नसतो. मतभेद वाढले की नातं तुटतं आणि घटस्फोट होतो. अशावेळी स्त्रीला एकटी आई म्हणून आयुष्य जगावं लागतं.

संयुक्त कुटुंबात काही वेळा मुलगा आपलं कुटुंब सोडायला तयार नसतो, आणि सून त्या वातावरणाशी जुळवून घेऊ शकत नाही. गैरसमज, मतभेद किंवा चुकीच्या गोष्टींमुळे घटस्फोट होतो. घटस्फोटानंतर स्त्रीवर एकटीवरच संपूर्ण जबाबदारी येते. तीच आई असते, तीच वडीलही असते.

एकटी आई म्हणून तिला आर्थिकदृष्ट्या स्वतंत्र व्हावं लागतं. नोकरी, घरकाम, मुलांचा अभ्यास, त्यांचं संगोपन, त्यांच्या भावना सगळं काही तिलाच सांभाळावं लागतं. आजच्या काळात मुलं असतील तर आर्थिक गरज खूप मोठी असते. पैशाशिवाय काहीच शक्य नसतं. त्यामुळे ती नोकरी करते, पण समाज तिच्याकडे वेगळ्याच नजरेने पाहतो.

काही लोक म्हणतात, "स्त्रीने जुळवून घ्यायला हवं होतं." पण तिच्या भावना, तिचं मन, तिचं दुःख कुणीही समजून घेत नाही. तीही एक माणूस आहे, एक आत्मा आहे. तिलाही आधार, प्रेम, समजून घेणं हवं असतं.

कधी तिला माहेरचं पूर्ण समर्थन मिळतं, तर कधी तिथूनही पाठ फिरवली जाते. दिवसभर ती समस्यांशी लढत राहते, पण रात्र खूप कठीण असते – कारण त्या वेळी एकटेपणा अधिक जाणवतो. काही स्त्रियांच्या आयुष्यात कोर्ट-कचेऱ्या, अन्याय, खोटे आरोप अशी शोकांतिका येते. न्याय मिळत नाही तेव्हा ती मानसिक व भावनिकदृष्ट्या कमकुवत होते. समाजापासून दुरावा, कुटुंबापासून अंतर, आधाराचा अभाव या सगळ्यामुळे ती अजून एकटी होते.

तरीसुद्धा ती जगते, कारण तिची मुलं तिचा श्वास असतात. एकटी आई होण्यामागे अनेक कारणं असू शकतात विवाहबाह्य संबंध, संवादाचा अभाव, विचारांचा विसंवाद, कुटुंबातील तणाव, जबाबदाऱ्यांचा एकट्याने भार, अहंकार.

एकटी आई म्हणून तिने स्वतःसाठी आयुष्याची चौकट तयार करावी लागते. "हेच माझं आयुष्य आहे" असं स्वीकारून पुढे जावं लागतं. भावना, दुःख, वेदना सांभाळत तिने स्वतःला संतुलित ठेवावं लागतं. जे मिळालं आहे ते स्वीकारून, जे गेलं आहे ते सोडून, पुढे चालणं हेच तिचं सामर्थ्य असतं.

संघर्ष, चढ-उतार, कुटुंबीय संकटं, अडथळे हे सगळं एकटी आई अनुभवते. म्हणूनच स्वीकार, संयम आणिअध्यात्म हेच तिचं खरं बळ ठरतं. ती फक्त आई नसते, ती एक योद्धा असते शांत, मजबूत आणि निःस्वार्थ.

13

मातृत्व आणि स्त्रीचे जीवनातील स्थान

मातृत्व:

मातृत्व हे स्त्रीच्या जीवनातील सर्वात आनंददायी आणि महान यश आहे. विवाहानंतर येणारा हा टप्पा प्रत्येक स्त्रीच्या आयुष्यात अतिशय महत्त्वाचा असतो. जेव्हा स्त्री एका नव्या जीवाला जन्म देते, तेव्हा ती 'आई' होते आणि तिच्या आयुष्याला एक नवीन अर्थ प्राप्त होतो.

बाळाच्या जन्मानंतर त्याची संपूर्ण जबाबदारी आईवर येते. बाळाला स्तनपान करणे, कपडे बदलणे, अंघोळ घालणे, स्वच्छता राखणे ही सर्व कामे आई प्रेमाने करते. बाळाच्या जीवनशैलीची पायाभरणी आईच करते. त्यासाठी योग्य आणि पौष्टिक आहार देणे अत्यंत आवश्यक असते.

बाळाच्या पहिल्या तीन वर्षांत त्याला विशेष काळजी आणि लक्ष देणे गरजेचे असते. जसजसे बाळ मोठे होते, चालू लागते, स्वतःहून खाणे शिकते आणि छोट्या-छोट्या कृती करू लागते, तेंव्हा आईला थोडा मोकळेपणा मिळतो. तीन ते सहा वर्षांच्या वयात आई बाळाला चांगल्या सवयी, शिस्त, संस्कार शिकवते आणि शाळेसाठी तयार करते. प्रत्येक परिस्थितीत ती आपल्या मुलाची मानसिक आणि

भावनिक साथ देते.

जीवनात प्रत्येक वेळी परिस्थिती अनुकूल असेलच असे नाही. मुलांना आरोग्यविषयक किंवा इतर अडचणी आल्यास आई खंबीरपणे त्यांच्या पाठीशी उभी राहते. सहा ते बारा वर्षांच्या वयात मुले योग्य-अयोग्य समजू लागतात. या टप्प्यावर आई त्यांना मार्गदर्शन करते, चुका सुधारते, गृहपाठ व अभ्यासावर लक्ष ठेवते आणि त्यांच्या शैक्षणिक प्रगतीची काळजी घेते.

जर आई नोकरी करणारी असेल, तर तिच्या जबाबदाऱ्या आणखी वाढतात. करिअर, कुटुंब आणि वैयक्तिक आयुष्य यांचा समतोल साधणे हे मोठे आव्हान असते. तरीही ती कोणतेही कारण न देता आपल्या मुलांसाठी ठामपणे उभी राहते. वडिलांची भूमिकाही तितकीच महत्त्वाची असते. पालक दोघेही मिळूनच मुलांचे उज्ज्वल भविष्य घडवू शकतात.

मुले घरातील वातावरणातूनच सर्व गोष्टी शिकतात. त्यामुळे घरात सकारात्मक वातावरण असणे अत्यंत आवश्यक आहे. पालकांनी आपले आर्थिक, वैयक्तिक किंवा भावनिक प्रश्न मुलांसमोर मांडू नयेत, कारण त्याचा त्यांच्या मानसिक विकासावर परिणाम होऊ शकतो. पालक परिपक्व असतात आणि आपल्या समस्या स्वतः सोडवण्यास सक्षम असतात.

आईचे प्रेम मुलांच्या जीवनात अत्यंत महत्त्वाचे असते. त्याग, समर्पण, सकारात्मक दृष्टिकोन आणि कठीण प्रसंगी मानसिक बळ ही एका आईची खरी ओळख आहे. ती आपल्या कुटुंबासाठी आणि मुलांसाठी नेहमी आनंदी व सुरक्षित वातावरण निर्माण करते.

स्त्रीची भूमिका

गृहिणी असलेल्या स्त्रीसाठी कुटुंब सांभाळणे काहीसे सोपे वाटू शकते, कारण तिला घरकाम, मुलांचे शिक्षण, आहार, घरातील जबाबदाऱ्या यासाठी पुरेसा वेळ मिळतो. योग्य नियोजन आणि दिनक्रम असल्यास ती सर्व जबाबदाऱ्या नीट पार पाडू शकते.

परंतु नोकरी करणाऱ्या स्त्रीसमोर मोठे आव्हान असते—ते म्हणजे वेळेचे व्यवस्थापन. तिला करिअर, मुलांचे शिक्षण, कुटुंबीयांची जबाबदारी, स्वतःचे आरोग्य आणि सामाजिक अपेक्षा या सर्वांचा समतोल राखावा लागतो. कुटुंबासाठी आर्थिक योगदान देणे आणि मुलांचे उज्ज्वल भविष्य घडवणे ही दोन्ही उद्दिष्टे तिच्यासाठी तितकीच महत्त्वाची असतात.

मोठी स्वप्ने पूर्ण करायची असतील, तर अडचणींना सामोरे जाणे अपरिहार्य असते. जीवन हा एक प्रवास आहे ज्यात वळणे, चढ-उतार आणि कधी कधी कठीण वाटा येतात. प्रत्येक टप्पा सुखदच असेल असे नाही. अशा वेळी स्त्रीची परिपक्वता, विचारशक्ती आणि निर्णयक्षमता महत्त्वाची ठरते. नकारात्मक परिस्थितीतून सकारात्मक मार्ग काढणे हे सोपे नसते, पण त्यातूनच तिचे सामर्थ्य दिसून येते.

स्त्रीला एक चांगली आई, समजूतदार पत्नी आणि जबाबदार कर्मचारी म्हणून स्वतःला सिद्ध करावे लागते. ती केवळ कुटुंबाचा भाग नसून समाजाचाही एक महत्त्वाचा घटक आहे. तिचे व्यक्तिमत्त्व प्रामाणिक, सक्षम आणि ठाम असले पाहिजे. प्रत्येक परिस्थितीत तिने आत्मविश्वासाने उभे राहिले पाहिजे.

निष्कर्ष:

आई म्हणून स्त्री आपल्या मुलांचे उज्ज्वल भविष्य घडवण्यासाठी सतत प्रयत्न करते. स्त्री म्हणून ती

समाजात आपली सशक्त आणि सन्माननीय ओळख निर्माण करते. ती केवळ काम करणारी व्यक्ती नसून, एक महान मानव आहे जो कुटुंब, समाज आणि देशाच्या प्रगतीसाठी महत्त्वाचे योगदान देतो.

14

आर्थिक स्वावलंबन : स्त्रीचे खरे स्वातंत्र्य

स्त्री ही प्रेरणेचा स्रोत आहे. हे विधान स्पष्टपणे सांगते की जेव्हा एखादी स्त्री आर्थिकदृष्ट्या स्वावलंबी होते, तेव्हाच ती खऱ्या अर्थाने स्वातंत्र्य अनुभवते. कार्यरत स्त्री कुटुंबासाठी उत्पन्न मिळवते, मुलांची काळजी घेते आणि एका दिवसात अनेक जबाबदाऱ्या पार पाडते. आर्थिक स्वावलंबनामुळे तिला स्वतःची, मुलांची आणि कुटुंबाची सन्मानाने काळजी घेण्याची ताकद मिळते.

हे अधोरेखित करणे अत्यंत महत्त्वाचे आहे की जेव्हा स्त्रीकडे स्वतःचे पैसे असतात, तेव्हा ती ते स्वतःसाठी, मुलांसाठी आणि कुटुंबासाठी खर्च करू शकते. हेच खरे स्वातंत्र्य आहे. जेव्हा स्त्रीला पैशांसाठी कोणाकडे मागावे लागते, तेव्हा अनेकदा तिला अपमानास्पद वागणूक सहन करावी लागते. अनेक घरांमध्ये गृहिणींना स्वतःसाठी पैसे खर्च करण्याचे स्वातंत्र्य नसते. त्या आपल्या भावना व हक्क दाबून ठेवतात आणि कोमेजलेल्या पानांच्या झाडासारखे जीवन जगतात. इतरांकडून अपेक्षा ठेवणे चुकीचे नाही; पण भावना बंद करून, स्वतःला व्यक्त न करता जगणे हे घातक ठरते.

काही कुटुंबांमध्ये स्त्रियांना खरेदीसाठी किंवा कामासाठी बाहेर जाण्याची परवानगी दिली जात नाही. त्यांना कुटुंबातील सदस्यांकडून दबाव व वर्चस्व सहन करावे लागते, ज्यामुळे त्या स्वतःचे भविष्य घडवू शकत नाहीत. अशा बंधनांमुळे त्यांच्या विकासाला आणि आत्मविश्वासाला मर्यादा येतात.

आर्थिकदृष्ट्या स्वावलंबी स्त्रीला आपल्या इच्छेनुसार पैसा खर्च करण्याचा हक्क असतो. ती स्वतःच्या इच्छा पूर्ण करू शकते तसेच मुलांच्या गरजाही भागवू शकते. ती कुटुंबाला हातभार लावते, मित्रमैत्रिणींना वेळ व खर्च देऊ शकते आणि आत्मविश्वासाने जीवन जगते. खरे स्वातंत्र्य म्हणजे यशाचा मार्ग खुला करणे आणि स्वतःचा जीवनप्रवास स्वतः घडवणे. जीवन एकदाच मिळते, त्यामुळे ते आनंदाने आणि अर्थपूर्ण रीतीने जगले पाहिजे.

आर्थिकदृष्ट्या स्वावलंबी स्त्रीला आपल्या मर्यादा माहीत असतात, कुठे पुढे जायचे आणि कुठे थांबायचे हे तिला कळते. ती मानसिक, शारीरिक आणि आर्थिकदृष्ट्या प्रगल्भ असते. या प्रगल्भतेमुळे ती बहुतेक वेळा योग्य निर्णय घेते. ती सुंदर जीवन घडवते आणि आपल्या मुलांना, कुटुंबाला, नातेवाईकांना व मित्रांना प्राधान्य देते.

कार्यरत स्त्रीला कधी कधी कामासाठी गाव, शहर किंवा राज्याबाहेरही जावे लागते. अशा वेळी कुटुंबाचा पाठिंबा अत्यंत महत्त्वाचा ठरतो. विश्वास, श्रद्धा, सहकार्य आणि आधार यामुळे ती अधिक सक्षम बनते. कुटुंबाच्या पाठिंब्याने काम करणारी स्त्री मजबूत बनते; आणि पाठिंबा नसतानाही काम करणारी स्त्री सर्वांत मजबूत ठरते.

मजबूत स्त्री मजबूत भविष्य घडवते, आणि मजबूत भविष्य मजबूत राष्ट्र घडवते. प्रत्येक स्त्री आपल्या परीने सुंदर असते. प्रत्येक आत्मा वेगळा असतो आणि त्याच्या

स्वतःच्या निवडी असतात. म्हणूनच स्त्रियांना उडण्यासाठी आणि वाढण्यासाठी मोकळे पंख दिले पाहिजेत. स्त्री काही करू शकत नाही असे कोणीही म्हणू नये. आधुनिक युगात स्त्रिया अधिक चांगले कार्य करू शकतात आणि दैनंदिन जीवनात आपले सर्वोत्तम देऊ शकतात. स्वतःला सिद्ध करण्याची त्यांच्यात अपार क्षमता आहे.

स्त्रिया जीवनाच्या विविध क्षेत्रांमध्ये अनेक जबाबदाऱ्या समर्थपणे सांभाळतात. आर्थिकदृष्ट्या स्वावलंबी स्त्री आत्मविश्वासाने आपल्या करिअरचा अर्थपूर्ण पाया घालते. आर्थिक स्वावलंबन साध्य करण्यासाठी पैशांचे महत्त्व मोठे आहे. देवाची पूजा महत्त्वाची असली तरी सन्मानाने जगण्यासाठी आर्थिक स्थैर्य तितकेच आवश्यक आहे.

निष्कर्ष:

स्त्रीला वाटते की खरे स्वातंत्र्य म्हणजे स्वतःचे निर्णय स्वतः घेण्याचा अधिकार. त्यामुळे ती समाजात अधिक उजळ, आनंदी आणि प्रसन्न होते. तिला पुढे जाण्यासाठी समाजाकडून सकारात्मकता व प्रोत्साहन मिळणे अत्यंत गरजेचे आहे.

15

स्त्रिया वहन करत असलेले मौन भावनिक ओझे

गृहिणी प्रत्येक कुटुंबाचा अविभाज्य आणि अत्यंत महत्त्वाचा घटक असतात. त्या घरातील सर्व कामे सांभाळतात, मुलांची काळजी घेतात, कुटुंबासाठी डबे तयार करतात, भांडी व कपडे धुतात आणि घर स्वच्छ, नीटनेटके ठेवतात. सकाळपासून रात्रीपर्यंत त्या कुटुंबातील प्रत्येक सदस्यासाठी नाश्ता, दुपारचे जेवण आणि रात्रीचे जेवण तयार करतात. दिवसभर अखंड मेहनत करूनही त्यांच्या कामाला वेतन नसते आणि अनेकदा ओळखही मिळत नाही.

घराची जबाबदारी सांभाळताना त्या नातेसंबंधांचा समतोल राखतात, कर्तव्ये पार पाडतात, तरीही त्यांच्याही भावना, इच्छा आणि वैयक्तिक आयुष्य असते. मात्र बहुतांश वेळा त्या स्वतःचे आयुष्य बाजूला ठेवून संपूर्णपणे मुलांसाठी व कुटुंबासाठी समर्पित होतात. या प्रक्रियेत त्यांच्या भावना, स्थान, प्रतिमा आणि ओळख दुर्लक्षित राहते. समाज घरकामामागील शारीरिक आणि मानसिक कष्टांचा फारसा विचार करत नाही.

अनेक कुटुंबांमध्ये पुरुष कमावता असेल आणि स्त्री गृहिणी असेल, तर तिच्यावर नकळत एक मौन भावनिक

ओझे टाकले जाते. कधी कधी पुरुषामध्ये वर्चस्वाची भावना निर्माण होते आणि तो केवळ कमावता आहे म्हणून स्वतःला कुटुंबाचा “राजा” समजू लागतो. मात्र हे विसरले जाते की पुरुषाच्या यशामागे त्याच्या पत्नीचा मोठा वाटा असतो, जी घरातील असंख्य जबाबदाऱ्या समर्थपणे सांभाळत असते.

काही प्रसंगी सासू-सासरे आपल्या सुनेला भावनिक त्रास देतात. “माझा मुलगा काम करतो आणि तू फक्त बसून खाते” अशा शब्दांनी तिच्या मनावर खोल जखमा होतात. केवळ उत्पन्न मिळवणाऱ्यांनाच महत्त्व दिले जाते आणि गृहिणीची तुलना इतर नोकरी करणाऱ्या स्त्रियांशी केली जाते. यामुळे तिचा आत्मसन्मान दुखावतो आणि ती मानसिकदृष्ट्या खचते.

गृहिणींच्या भावना अनेकदा दुर्लक्षित केल्या जातात. त्या शारीरिकदृष्ट्या थकल्या किंवा आजारी पडल्या तरी त्याकडे गांभीर्याने पाहिले जात नाही. पैशासमोर माणसाचे मूल्य कमी लेखले जाते. ही मानसिकता बदलली पाहिजे. मुलांना घडवणारी आणि कुटुंब सांभाळणारी गृहिणीही तितकीच मोलाची आहे. ती दोन-तीन दिवस घरात नसली, तर संपूर्ण घरव्यवस्था विस्कळीत होते. तेव्हाच तिचे महत्त्व कळते.

प्रत्येक माणसाला सन्मान आणि कौतुकाची गरज असते. सन्मान दिला तरच सन्मान मिळतो. त्यामुळे कुटुंबातील प्रत्येकाने गृहिणीच्या योगदानाची जाणीव ठेवून तिला योग्य मान दिला पाहिजे. त्याचबरोबर ज्या स्त्रिया भावनिक ओझे वाहत आहेत, त्यांनी आपल्या जवळच्या व्यक्तींशी मनमोकळेपणाने संवाद साधायला हवा. भावना दडपल्याने नैराश्य आणि चिडचिड वाढते, जे टाळणे आवश्यक आहे.

गृहिणीने आयुष्यातील नकारात्मकता दूर करून स्वतःच्या क्षमतेनुसार सर्वोत्तम प्रयत्न करावेत. अनेक सदस्य तिच्यावर अवलंबून असतात, म्हणून ती कुटुंबासाठी अत्यंत मौल्यवान आहे. गरज असेल तेव्हा तिने आपल्या भावना मोकळेपणाने व्यक्त कराव्यात आणि स्वतःची ओळख व प्रतिमा निर्माण करण्यासाठी प्रयत्न करावेत.

स्वतःवर प्रेम करणे खूप महत्त्वाचे आहे. तिने स्वतःची काळजी घ्यावी, खरेदीसाठी, सहलीसाठी किंवा आवडीच्या उपक्रमांसाठी वेळ काढावा. ती केवळ जबाबदाऱ्यांचा गठ्ठा नसून एक संवेदनशील माणूस आहे. कुटुंबाचा आधारस्तंभ राहूनही तिने आत्मनिर्भर आणि आत्मविश्वासाने आपले जीवन जगावे.

स्त्री ही स्वतःच्या ओळखीची आणि प्रतिष्ठेची प्रतीक आहे. ती जीवन देणारी, कुटुंबाचा समतोल राखणारी शक्ती आहे. म्हणूनच तिला स्वाभिमानाने आणि आत्मसन्मानाने स्वतंत्रपणे जगण्याचा पूर्ण अधिकार आहे.

16

शिक्षण म्हणजे सशक्तीकरण

शिक्षणाला अनेकदा वाघिणीचे दूध असे म्हटले जाते, तर मूल्य शिक्षण हे आईच्या दुधासारखे असते. हा विचार एका लेखिकेने मांडला आहे. या विधानातून शिक्षणाची ताकद दिसून येते. पण आजच्या काळात मूल्य शिक्षण आणि नैतिक शिक्षणाची कमतरता दिसून येते. ही फक्त शाळेची जबाबदारी नाही, तर पालकांचीही मोठी जबाबदारी आहे. त्यांनी आपल्या मुलांना मूल्य शिक्षण आणि नैतिक शिक्षण दिले पाहिजे.

हवा, पाणी, कपडे आणि निवारा या प्रत्येक माणसाच्या मूलभूत गरजा आहेत, पण शिक्षण ही देखील एक अत्यंत महत्त्वाची गरज आहे. शिक्षणाशिवाय आपण अपूर्ण आहोत. शिक्षणाचा अर्थ फक्त शाळेत जाणे नसून, तर दैनंदिन जीवनातील व्यावहारिक अनुभवांमधून शिकणे देखील आहे.

शाळा ही अशी जागा आहे जिथे विद्यार्थ्यांना सैद्धांतिक तसेच व्यावहारिक ज्ञान मिळते. शाळेत आपण मित्र बनवतो आणि आपले विचार व्यक्त करायला शिकतो. शिक्षक उदाहरणांद्वारे धडे समजावून सांगतात. शाळेत मधल्या सुट्ट्या, विविध उपक्रम आणि अनेक अनुभव मिळतात. म्हणूनच आपण शाळेला ज्ञानाचे मंदिर म्हणतो. चांगल्या विकासासाठी शालेय शिक्षणासोबतच

चांगले आणि निरोगी वातावरणही महत्त्वाचे असते.

शिक्षणाला सशक्तीकरणाचे साधन बनवणे ही येणाऱ्या पिढ्यांसाठी मोठी क्रांती आहे. आज शिक्षण प्रणालीची पद्धत बदलली आहे आणि शिक्षणाला सशक्तीकरण म्हणून पाहिले जाते. चांगल्या शिक्षणामुळे विद्यार्थ्यांना चांगल्या करिअरच्या संधी मिळतात आणि ते चांगले नागरिक बनतात.

शिक्षणामुळे सकारात्मक विचारसरणी विकसित होते. विचार ही जगातील सर्वात शक्तिशाली गोष्ट आहे. महान नेत्यांकडे प्रभावी विचार होते. त्यांनी त्या विचारांची अंमलबजावणी केली आणि त्यातून नवकल्पना निर्माण झाल्या. जेव्हा आपण विचार प्रत्यक्ष कृतीत आणतो, तेव्हा त्या विचारांना महत्त्व प्राप्त होते.

स्वातंत्र्य सैनिक शिक्षित होते आणि त्यांनी समाजात बदल घडवून आणले. उदाहरणार्थ, त्यांनी विधवा पुनर्विवाहाला पाठिंबा दिला, जरी अनेक लोक त्याला विरोध करत होते. सामाजिक परंपरा बदलणे सोपे नसते, पण काही धाडसी लोकांमुळे ते शक्य झाले. शक्यता म्हणजे फक्त आश्वासन देणे नाही, तर योग्य अंमलबजावणी करणे होय. अंमलबजावणी करताना धोका असतो, पण समाजाच्या भल्यासाठी तो स्वीकारला पाहिजे.

शिक्षण अधिक प्रभावी करण्यासाठी स्मार्ट वर्क आणि नवकल्पनांवर भर दिला पाहिजे. डिजिटल शिक्षण आणि आधुनिक अध्यापन पद्धतींचा वापर वाढवला पाहिजे. शिक्षण विद्यार्थ्यांच्या स्तरानुसार असले पाहिजे. ते फक्त सैद्धांतिक नसून व्यावहारिकही असले पाहिजे. विद्यार्थी जितके जास्त व्यावहारिक शिक्षण घेतील, तितके ते भविष्यात चांगले टिकून राहतील.

शिक्षकांनी प्रभावी अध्यापन आणि शिक्षण प्रक्रियेवर लक्ष केंद्रित केले पाहिजे, जेणेकरून ते आपल्या क्षेत्रात अधिक चांगले काम करू शकतील. शिक्षणातील नवकल्पना, बदल, शाळेतील चांगले वातावरण, कुशल शिक्षक, मजबूत प्रशासन, विद्यार्थ्यांची मेहनत, शिक्षकांचे नियोजन आणि पालकांचा पाठिंबा या सर्व गोष्टी मिळून शिक्षणाला सशक्तीकरणाचे साधन बनवतात.

याचे उत्तम उदाहरण म्हणजे डॉ. ए. पी. जे. अब्दुल कलाम. ते एकेकाळी बॅकबेंचर विद्यार्थी होते, पण शिक्षणाच्या जोरावर ते भारताचे राष्ट्रपती आणि महान शास्त्रज्ञ बनले. सावित्रीबाई फुले यांनी मुलींसाठी शिक्षणाची दारे उघडली. महात्मा फुले यांनी अनेक शाळा सुरू केल्या. रमाबाई रानडे यांनीही महिलांच्या शिक्षणासाठी काम केले. डॉ. बाबासाहेब आंबेडकर यांनी भारताचे संविधान लिहिले. या महान व्यक्तींनी शिक्षणाच्या माध्यमातून परिवर्तन घडवून आणले.

निष्कर्ष

प्रत्येकाने सर्वोत्तम शिक्षण घेण्याचा प्रयत्न केला पाहिजे आणि आपल्या शिक्षणाला मोठ्या परिवर्तनात बदलले पाहिजे. हे परिवर्तन आपल्या जीवनात यश आणि समाधान देईल. म्हणून शिक्षणाद्वारे सशक्तीकरणाचा भाग बना.

17

विधवा आणि घटस्फोटित महिला : कलंकापासूनशक्तीकडे

महिला आयुष्यात अनेक टप्प्यांतून जातात. काही टप्पे कठीण असतात तर काही सहज आणि आनंददायी असतात.

विधवा महिला

ज्या महिलांच्या पतींचे निधन झाले आहे त्यांना विधवा असे म्हटले जाते. पतीच्या मृत्यूनंतर त्यांना आपल्या जीवनसाथीशिवाय आयुष्य जगावे लागते. सुरुवातीला सुमारे १२–१३ दिवस लोक त्यांना भावनिक आधार देतात. ते म्हणतात, “तणाव घेऊ नकोस, सर्व काही ठीक होईल.” पण काही दिवसांनंतर सर्वजण आपल्या आयुष्यात व्यस्त होतात आणि ती महिला या टप्प्यात एकटीच राहते.

तिला घराची आणि मुलांची जबाबदारी सांभाळावी लागते. काही विधवा महिलांना व्यवहारिक ज्ञान नसते. त्यांना बँक खाते कसे हाताळायचे किंवा समाजात स्वतंत्रपणे कसे जगायचे हे माहिती नसते. जेव्हा त्या बाहेर पडतात तेव्हा त्यांना अशा अडचणींचा सामना करावा लागतो ज्याची त्यांनी कधी कल्पनाही केली नसते. काही

वेळा समाज त्यांना स्वीकारत नाही किंवा आधार देत नाही.

यामुळे त्या आतून आणि बाहेरून एकटेपणा अनुभवतात. नैराश्य त्यांना मानसिक आणि भावनिकदृष्ट्या कमकुवत बनवते. तरीसुद्धा, दररोज त्यांना पुन्हा उभे राहून आयुष्याचा सामना करावा लागतो. हळूहळू त्या समाजातील नकारात्मकता स्वीकारून स्वतःचे जीवन कलंकापासून शक्तीकडे बदलण्याचा प्रयत्न करतात. जरी त्या करिअर किंवा प्रगती करण्याचा प्रयत्न करत असल्या तरी समाज नेहमी साथ देत नाही आणि त्यांना अनेकदा नकाराचा सामना करावा लागतो.

घटस्फोटित महिला

घटस्फोटित महिला म्हणजे ज्या आपल्या पतीपासून वेगळ्या झाल्या आहेत आणि नवीन आयुष्य सुरू करतात. घटस्फोट नेहमी महिलेमुळेच होतो असे नसते. कधी विचार जुळत नाहीत किंवा काही अडचणी येतात आणि त्यामुळे वेगळे होण्याचा निर्णय घ्यावा लागतो.

जर महिला आर्थिकदृष्ट्या सक्षम असेल तर तिला मुलं आणि घर सांभाळत स्वतःचे वैयक्तिक आणि व्यावसायिक आयुष्य संतुलित करावे लागते. जर ती एकटी असेल तर तिला परिस्थिती स्वीकारून आत्मविश्वासाने पुढे जावे लागते.

जर ती आर्थिकदृष्ट्या पतीवर अवलंबून असेल तर तिला वारंवार आर्थिक मदत मागावी लागू शकते. जर पतीने मदत करण्यास नकार दिला तर तिच्यासाठी आयुष्य जगणे खूप कठीण होते. काम करणाऱ्या महिलांना आर्थिक अडचणी कमी असू शकतात, पण काम न करणाऱ्या महिलांना स्वतःसाठी आणि मुलांसाठी रोज संघर्ष करावा लागतो.

घटस्फोटाचा निर्णय हा फक्त एका व्यक्तीचा नसतो—दोन्ही जोडीदार जबाबदार असतात. घटस्फोट होण्यामागे अनेक कारणे असू शकतात जसे की नातेवाईकांचा हस्तक्षेप, समाजाचा दबाव, आपुलकीचा अभाव, संवादाचा अभाव आणि विचारांमध्ये फरक.

निष्कर्ष

जर एखादी महिला विधवा किंवा घटस्फोटित असेल, तर तिने आत्मविश्वासाने काम करून मजबूत व्यक्ती बनले पाहिजे. तिने नकार आणि स्वीकार दोन्ही गोष्टी स्वीकारायला शिकले पाहिजे. जर ती आपल्या मुलांसाठी आणि समाजासाठी चांगले काही करण्याचा निर्णय घेत असेल, तर तिच्यात तेवढी ताकद आणि क्षमता आधीपासूनच असते.

18

मध्यमवय (जबाबदाऱ्या आणि आत्मचिंतन)

या टप्प्यात स्त्रीवर आई, पत्नी आणि अनेक भूमिकांची जबाबदारी असते. आई म्हणून तिला आपल्या मुलांची काळजी घ्यावी लागते, त्यांचा अभ्यास पाहावा लागतो, पोषणमूल्ययुक्त अन्न दयावे लागते आणि त्यांना भावनिक, शारीरिक व बौद्धिकदृष्ट्या सक्षम घडवावे लागते. कुटुंबातील प्रत्येक सदस्याची काळजी घेणे आणि त्यांच्या गरजा पूर्ण करणे ही तिचीच जबाबदारी असते. आजच्या काळातील मातेसमोर अनेक आव्हाने उभी असतात.

ती जर नोकरी करणारी स्त्री असेल, तर तिला कुटुंब आणि करिअर दोन्हींची जबाबदारी समानपणे सांभाळावी लागते. दोन्हींचा समतोल राखताना ती अनेकदा थकते, अस्वस्थ होते आणि मानसिक तणावात जाते. अशा वेळी तो ताण कमी करण्यासाठी तिने मित्रमैत्रिणी व नातेवाईकांसोबत वेळ घालवणे गरजेचे असते. रोज एकसारखी कामे करत राहणे म्हणजे सातत्य, पण त्याचबरोबर ती कुटुंबाची सर्वात महत्त्वाची आधारस्तंभ असते. तिलाही प्रेम, आपुलकी आणि समजून घेणे याची गरज असते. म्हणूनच कुटुंबीयांनी तिला गुणवत्तापूर्ण वेळ दिला पाहिजे.

ती केवळ ऊर्जेचा स्रोत नाही, तर प्रत्येकासाठी आवश्यक असलेली व्यक्ती आहे. त्यामुळे तिने मानसिक व भावनिकदृष्ट्या सक्षम राहणे अत्यंत महत्त्वाचे आहे. कुटुंबासोबत फिरायला जाणे, थोडा विरंगुळा मिळवणे तिच्यासाठी गरजेचे असते. ती शारीरिकदृष्ट्या सक्षम असेल, तरच ती सर्व जबाबदाऱ्या नीट पार पाडू शकते. जर ती आजारी पडली, तर कुटुंबीयांनी तिची काळजी घ्यावी आणि तिला योग्य वैद्यकीय उपचार मिळवून द्यावेत. स्त्रीला केवळ शारीरिक आजारच नव्हे तर मानसिक ताणतणावाचाही सामना करावा लागतो. घरातील वातावरण सकारात्मक आणि निरोगी असेल, तर ती कुटुंबासाठी व समाजासाठी अधिक चांगले कार्य करू शकते.

स्त्रीमध्ये अफाट सामर्थ्य असते — कधी कधी पुरुषांपेक्षाही अधिक. पण ते सामर्थ्य ती वापरू शकते की नाही, हे तिच्या आजूबाजूच्या वातावरणावर अवलंबून असते. म्हणून कुटुंबातील प्रत्येक सदस्याने तिच्यासाठी सकारात्मक आणि सहकार्याचे वातावरण निर्माण करणे आवश्यक आहे. तिची ताकद अमाप आहे. ती केवळ मुलाला जन्म देत नाही, तर त्याला घडवते, सक्षम बनवते. तिची मुले हीच तिची पहिली प्राथमिकता असते आणि ती त्यांच्यावर स्वतःपेक्षाही अधिक प्रेम करते. मुलांना आयुष्यभर तिचा आधार, त्याग आणि प्रेम आठवत राहते.

पती हा तिचा आयुष्याचा मजबूत आधारस्तंभ असतो. त्याच्याकडून तिला समजून घेणे आणि साथ मिळणे अपेक्षित असते, आणि त्यासाठी दोघांनीही एकमेकांशी समायोजन करणे आवश्यक असते. सक्षम आणि मजबूत कुटुंब घडवण्यासाठी आई-वडिलांनी जबाबदाऱ्या वाटून घ्यायला हव्यात आणि सकारात्मक संवाद साधायला हवा. ज्या कुटुंबात प्रत्येक सदस्य महत्त्वाचा समजला जातो, तेच कुटुंब खऱ्या अर्थाने मजबूत असते.

या टप्प्यात स्त्रीमध्ये हार्मोन्सचे बदल अधिक होतात, त्यामुळे कधी कधी तिच्या वागण्यात बदल दिसून येतात किंवा ती चिडचिडी होते. अशा वेळी कुटुंबीयांनी तिला समजून घेणे आवश्यक असते. ती संपूर्ण कुटुंबाची ऊर्जा आहे, सर्वांच्या भावना सांभाळणारी शक्ती आहे.

त्यामुळे प्रत्येकाची जबाबदारी आहे की तिला प्रेम, आदर आणि सकारात्मकतेने स्वीकारावे.

19

त्याग

त्याग या शब्दाचा आणखी एक अर्थ म्हणजे समर्पण. तुम्ही जे काम करता ते तुमच्या समाधानासाठीच असते. तुम्ही त्या कामात व्यस्त असाल तर ते ठीक आहे. ठरावीक वेळेत व्यावसायिक पद्धतीने काम करणे म्हणजे जॉब सॅटिस्फॅक्शन. पण जर तुम्हाला मोठ्या समर्पणाने, मोठ्या आवडीने काम करायचे असेल तर त्या कामाला वेळेची मर्यादा नसते. ते वैयक्तिक आयुष्यात अडथळा आणत नाही, तेच खरे स्कारिफिकेशन आणि डेडिकेशन आहे.

काम करणाऱ्या महिलांसाठी अनेक प्रकारची कामे असतात जसे की घरकाम करणे, मुलांच्या शालेय आयुष्याकडे लक्ष देणे, स्वतःची नोकरी आणि नोकरीतील जबाबदाऱ्या, एक चांगली आई, पत्नी, सून, मुलगी म्हणून जबाबदाऱ्या पार पाडणे. काम करणाऱ्या महिलेसाठी समाजाकडेही मोठा त्याग असतो. ज्या काळात मुलींना शिक्षण दिले जात नव्हते, त्या काळात तिला घरकाम करणे आणि मुलांना जन्म देणे हीच तिची जबाबदारी होती. पण जेव्हा ती सर्व जबाबदाऱ्यांसह आकाशात झेप घ्यायची इच्छा करते, तेव्हा तिच्या शारीरिक, मानसिक आणि बौद्धिक आरोग्याची काळजी घेणे आवश्यक असते.

ती आपले काम समर्पणाने आणि सातत्याने करत असेल तर ते महत्त्वाचे ठरत नाही. पण जेव्हा ती अनेक समस्यांना सामोरे जाते आणि त्या समस्या नकारात्मक पद्धतीने घेत असते, तेव्हा तिच्या आयुष्यात चिडचिड, निराशा आणि नकारात्मकता वाढते. म्हणून एक मजबूत स्त्री म्हणून तिने आपल्या मर्यादा, कामाची पातळी, वेळेचे व्यवस्थापन लक्षात ठेवले पाहिजे, त्यामुळे ती आपले जीवन सहज जगू शकते. जीवन सकारात्मकता आणि नकारात्मकतेने भरलेले असते, त्यामुळे सकारात्मक मार्गाने पुढे जाण्याचा प्रयत्न करा.

सकारात्मकतेचा अर्थ काय? याचा अर्थ असा की एखाद्या गोष्टीकडे सोप्या पद्धतीने पाहणे. उदाहरणार्थ तुम्हाला वैद्यकीय समस्या येत असतील, तर मनाला किंवा हृदयाला सांगा की प्रत्येकालाच या टप्प्यातून जावे लागते. हा टप्पा फक्त माझ्यासाठी नाही तर सर्वांसाठी आहे, त्यामुळे ही मोठी गोष्ट नाही, ही माझ्या जबाबदाऱ्यांच्या तुलनेत एक लहानशी गोष्ट आहे. जेव्हा आपण त्या समस्येकडे कठोरपणे पाहतो तेव्हा ती समस्या खूप कठीण वाटते, पण जर आपण तीच गोष्ट सकारात्मक पद्धतीने पाहिली तर ती आपल्यासाठी सोपी होते.

आध्यात्मिकता दैनंदिन जीवनात खूप महत्त्वाची आहे. दररोज देवाच्या मूर्तीसमोर प्रार्थना करा आणि देवाला सांगा, कृपया मला माझे दिवस चांगल्या प्रकारे घालवण्यासाठी सकारात्मक ऊर्जा द्या. रात्री जेव्हा तुम्ही तुमच्या कामातून परत येता, तेव्हा देवाला सांगा की केलेले सर्व काम तुमच्यासाठी समर्पित आहे. त्या वेळी तुम्ही अहंकारापासून मुक्त होता, तुमचा दृष्टिकोन बदलतो आणि तुम्हाला स्वतःबद्दल खूप समाधान वाटते.

एक महिना त्याग, एक वर्ष त्याग केल्याने यश मिळत नाही. तुम्हाला दहा वर्षांपेक्षा जास्त काळ त्याग करावा लागतो, तेव्हाच तुम्हाला यश मिळते. यश तुमची सवय

बनते, त्यामुळे तुम्ही यशापासून मागे फिरत नाही. स्कारिफिकेशन, डेडिकेशन, आत्मशिस्त, सातत्य आणि सकारात्मक दृष्टिकोन तुमचे जीवन आनंदी आणि यशस्वी बनवतात.

आनंदी जीवन म्हणजे फक्त आनंद साजरा करणे नाही तर समाधानी मन असणे होय. आयुष्यात समाधान हीच यशाची किल्ली आहे, त्यामुळे प्रत्येक क्षण स्मार्ट वर्क आणि सातत्याने समर्पित करा. आजच्या पिढीत हार्ड वर्कपेक्षा स्मार्ट वर्क महत्त्वाचे आहे, त्यामुळे करिअर आणि वैयक्तिक आयुष्य यामध्ये आनंदाने समतोल साधा.

लोक तुम्हाला आठवणार नाहीत, पण तुमचे काम लोकांना आठवेल, म्हणून तुमच्या कामावर लक्ष केंद्रित करा, हाच खरा स्कारिफिकेशन आहे.

20

स्त्रीने मिळवलेले यश

ती तिच्या कष्ट, सातत्य, शिस्त आणि समर्पणाचे प्रतीक आहे.
ती अविवाहित असताना तिच्यावर फारशी जबाबदारी नसते; ती एका झाडाच्या सावलीत असते आणि ती सावली म्हणजे तिचे आई-वडील. विवाहानंतर जेव्हा ती दुसऱ्या कुटुंबात जाते, तेव्हा तिला सासरच्या कुटुंबातील परंपरा, संस्कृती आणि रूढी स्वीकाराव्या लागतात. पुरुषाला विवाहानंतर आपले कुटुंब बदलावे लागत नाही; तो त्याच कुटुंबात राहतो. पण जी स्त्री सासरच्या कुटुंबात राहते, तिला सर्व जबाबदाऱ्या सांभाळाव्या लागतात—घरातील सर्व कामे करणे, नातेसंबंध संतुलित ठेवणे. काही कमी पडले तर त्याचा नकारात्मक परिणाम तिलाच सहन करावा लागतो. सासरकडील कुटुंबाकडून स्वीकार मिळणे कधी कधी कठीण होते. तिला शारीरिक, भावनिक आणि मानसिक त्रास सहन करावा लागतो आणि ती नोकरी करणारी महिला असेल तर तिला कुटुंब आणि करिअर यांचा समतोल साधावा लागतो.

सूर्य दिवसात चमकतो, पण तिला दिवस-रात्र सकारात्मक पद्धतीने आपली कामे करत सतत चमकत राहावे लागते. जेव्हा ती आपल्या करिअरमध्ये व्यावसायिक म्हणून काम करते, तेव्हा तिला समाजात आपली ओळख, दर्जा आणि प्रतिमा सिद्ध करावी लागते.

कामातील सातत्य, कामाची गुणवत्ता आणि व्यवसायाप्रती असलेले समर्पण यामुळे तिला यश मिळते. यश एका दिवसात, महिन्यात किंवा वर्षात मोजले जात नाही; ते १५ ते २० वर्षांचा संघर्ष असतो.

कौटुंबिक जीवनात, एक यशस्वी महिला म्हणून तिला आपल्या मुलांची काळजी घ्यावी लागते, त्यांना चांगले शिक्षण, अन्न, कपडे, निवारा आणि दर्जेदार वेळ द्यावा लागतो; तेव्हा ती एक चांगली आई असल्याचे सिद्ध होते. आई, पत्नी, मुलगी आणि सून या भूमिका बजावताना, करिअरमध्ये यशस्वी महिला म्हणून तिला या सर्व टप्प्यांतून जावे लागते. प्रत्येक भूमिका निभावताना कधी कधी ती प्रत्येकाला पूर्ण न्याय देऊ शकत नाही; त्यामुळे कुटुंबीयांनी तिला समजून घेणे हे अत्यंत महत्त्वाचे असते.

महिलांचे यश हे केवळ तिचे स्वतःचे यश नसते; ते तिच्या कुटुंबाचे यश असते. त्यामुळे त्याचे श्रेय प्रत्येक सदस्याला जाते. यशस्वी महिला म्हणून तिच्या कामातील ऊर्जा पातळी दाखवणे महत्त्वाचे असते. तीही एक माणूस आहे, म्हणून भावनिकदृष्ट्या तिच्या करिअरमध्ये, कुटुंबात, नातेसंबंधात आणि समाजात सर्वांनी तिला साथ द्यावी. प्रत्येकाची मानसिकता सारखी नसते; काही लोक वेगळ्या पद्धतीने विचार करतात, त्यामुळे त्यांच्या विचारांकडे दुर्लक्ष करा. तुम्ही जेव्हा उत्तम व्यासपीठावर उभे राहता, तेव्हा तुम्हाला काही मिळो वा न मिळो, तुमच्या भूमिकेवर ठाम रहा. यशस्वी महिला म्हणून तुम्ही शारीरिक आणि मानसिकदृष्ट्या सुदृढ असणे आवश्यक आहे. संघर्ष, नाट्य आणि असंख्य अडथळ्यांत अडकू नका; त्यांना त्यांच्या जागीच सोडा. रात्री कामासाठी बाहेर जाताना स्वतःच्या सुरक्षिततेची काळजी घ्या. वेळेचे व्यवस्थापन संतुलित ठेवा; लोकांचे ऐका आणि परिणामांना सामोरे जाण्याची तयारी ठेवा.

व्यस्त दिनक्रमात मन शांत ठेवण्यासाठी ट्रेकिंगला जा; आध्यात्मिक स्थळे, पर्यटनस्थळे किंवा मनोरंजन स्थळांना भेट द्या, त्यामुळे कंटाळा दूर होईल. एक चांगली व्यक्ती म्हणून इतरांशी चांगले वागा, इतरांना मदत करा आणि सहकारी व कुटुंबीयांची काळजी घ्या. कोणावरही अतिप्रमाणात माया करू नका; आयुष्यात अतिउत्साही होऊ नका. आयुष्यात लवचिक रहा; त्यामुळे तुमच्या आयुष्यात सर्वोत्तम गोष्टी घडतील.

जीवनात चढ-उतार, संघर्ष आणि वाद असतात; पण प्रत्येक संघर्ष किंवा नाट्याला सकारात्मकतेने सामोरे गेले पाहिजे. कोणी तुमच्यावर दगड फेकत असेल, तर ते दगड पकडून त्याची मूर्ती घडवा.

बायोडाटा

नाव: सौ. तनया शरद भालेराव
शैक्षणिक पात्रता:
डी.एड. (मुंबई),
एम.ए., बी.एड.
पत्ता: पोस्ट – लखमापूर तालुका – सटाणा
जिल्हा – नाशिक
पिन कोड : ४२३२१३
जन्मतारीख: २३-०३-१९८४
उपाध्यक्षा, के. डी. भालेराव एज्युकेशन सोसायटी
पद: प्राचार्या, के. डी. भालेराव इंटरनॅशनल स्कूल अँड ज्युनिअर कॉलेज, लखमापूर
टेलिफोन क्रमांक: ०२५५५-२३५७७०
मोबाईल क्रमांक: ९१६८२१६०७० / ९८९०७१८०७०

लेखिकेविषयी

सौ. तनया शरद भालेराव या शिक्षणतज्ज्ञ, नेतृत्वगुणांनी परिपूर्ण व्यक्तिमत्त्व आणि लेखिका आहेत. जागरूकता व शिक्षणाच्या माध्यमातून स्त्री-सशक्तीकरणासाठी त्या समर्पितपणे कार्यरत आहेत. **डी.एड. (मुंबई), एम.ए.,बी.एड.** अशी भक्कम शैक्षणिक पात्रता लाभलेल्या सौ. तनया भालेराव यांनी आपले जीवन तरुण पिढी घडविण्यास आणि शिक्षणाद्वारे समाज बळकट करण्यासाठी अर्पण केले आहे.

त्या के. डी. भालेराव एज्युकेशन सोसायटीच्या उपाध्यक्षा असून के. डी. भालेराव इंटरनॅशनल स्कूल आणि ज्युनिअर कॉलेज, लखमापूर येथे प्राचार्या म्हणून कार्यरत आहेत. आपल्या नेतृत्वातून त्या विद्यार्थ्यांना, शिक्षकांना आणि पालकांना मूल्याधिष्ठित शिक्षण व स्त्री-सशक्तीकरणाची प्रेरणा देत आहेत.

त्यांचे "*स्त्रीत्वाचे शब्द*"("The Words of Womanhood") हे पुस्तक स्त्रियांच्या भावनिक प्रवास, संघर्ष, सामर्थ्य आणि परिवर्तन यांचे सखोल आकलन दर्शवते. वास्तव जीवनातील अनुभव आणि निरीक्षणांमधून प्रेरणा घेऊन त्यांनी स्त्रियांच्या निःशब्द कथांना आवाज देण्याचा आणि प्रत्येक वाचकात आत्मविश्वास, धैर्य व आत्मभान जागवण्याचा प्रयत्न केला आहे.

सौ. तनया भालेराव यांचा ठाम विश्वास आहे की शिक्षण आणि जागरूकता हीच सशक्तीकरणाची खरी पायाभूत तत्त्वे आहेत. आपल्या कार्यातून त्या अधिक समतोल आणि सन्मानपूर्ण समाज घडविण्यासाठी प्रयत्नशील आहेत.

संदर्भसूची

स्त्रीत्वाचे शब्द ***(Words Of Womanhood)*** हे तनया भालेराव यांचे पुस्तक जगलेल्या अनुभवांमधून, शांत निरीक्षणांमधून आणि असंख्य स्त्रियांच्या भावनिक सत्यांमधून जन्माला आले आहे. या पानांमध्ये गुंफलेले विचार, चिंतन आणि कथन या त्या मुली आणि स्त्रियांच्या दैनंदिन आयुष्यातून उगम पावले आहेत, ज्या वाढतात, संघर्ष करतात, प्रेम करतात, त्याग करतात, पडतात आणि पुन्हा उभ्या राहतात.

या पुस्तकातील प्रत्येक टप्पा अनेकदा न दिसणाऱ्या आणि न ऐकल्या जाणाऱ्या क्षणांचे प्रतिबिंब आहे बालपणातील निरागसता, तारुण्यातील गोंधळ, मातृत्वाची ताकद, त्यागाचे ओझे, नैराश्याचा अंधार आणि यशाचा प्रकाश.

या पुस्तकाला आत्मा लाभला आहे संवादांमधून, आठवणींमधून, भावनांमधून आणि प्रत्येक आव्हानानंतरही पुढे चालत राहणाऱ्या स्त्रियांच्या जिद्दीमधून.

हे केवळ प्रकरणांचे संकलन नाही; हे खऱ्या प्रवासांचे, खऱ्या अश्रूंचे आणि खऱ्या धैर्याचे प्रतिबिंब आहे. या लेखनाची प्रेरणा त्या प्रत्येक स्त्रीमध्ये आहे, जी आयुष्यातील अनेक टप्प्यांतून शांतपणे आणि सामर्थ्याने उभी राहिली आहे.

आभार संदेश-i

आमच्या आदरणीय प्राचार्या सौ. तनया भालेराव यांचे "*स्त्रीत्वाचे शब्द*"हे अर्थपूर्ण आणि प्रेरणादायी पुस्तक साकारल्याबद्दल मनःपूर्वक अभिनंदन. या पुस्तकात स्त्रियांच्या जीवनातील प्रत्येक टप्प्यावरची ताकद, जिद्द, भावना आणि निःशब्द धैर्य अत्यंत सुंदरपणे प्रतिबिंबित झाले आहे.

प्रभावी शब्दांद्वारे आणि प्रामाणिक चिंतनातून आपण असंख्य न सांगितलेल्या कथा आणि अनुभवांना आवाज दिला आहे. आपल्या लेखनामुळे स्त्रियांना स्वतःची किंमत ओळखण्याची प्रेरणा मिळते आणि समाजालाही त्यांच्या प्रवासाचा आदर करण्याची जाणीव होते.

प्रत्येक स्त्रीची कथा महत्त्वाची आहे, हे लक्षात आणून देणारे, उन्नती आणि सशक्तीकरणाचा संदेश देणारे हे पुस्तक लिहिल्याबद्दल मनःपूर्वक धन्यवाद.

— क्युरी पाडलिया

आभार संदेश-ii

आमच्या आदरणीय प्राचार्या सौ. तनया भालेराव मॅडम यांनी आम्हाला "*स्त्रीत्वाचे शब्द*" हे प्रभावी आणि मनाला स्पर्श करणारे पुस्तक दिल्याबद्दल मी मनःपूर्वक कृतज्ञता व्यक्त करते. हे पुस्तक केवळ शब्दांचे संकलन नसून प्रत्येक स्त्रीच्या आयुष्यातील खऱ्या भावना, संघर्ष, ताकद आणि परिवर्तनाचे प्रतिबिंब आहे.

आपले लेखन मनाला भिडते आणि आत्मविश्वास, धैर्य व आत्मविश्वासाची जाणीव जागवते. स्त्रियांच्या निःशब्द कथांना आवाज दिल्याबद्दल आणि प्रत्येक स्त्रीच्या अंतर्यामध्ये असलेल्या सामर्थ्याची आठवण करून दिल्याबद्दल मनःपूर्वक धन्यवाद.

— सायमा फिरदौस

www.ingramcontent.com/pod-product-compliance
Lightning Source LLC
LaVergne TN
LVHW090427210926
848480LV00002B/716
9798903920723